Sviðandi Tex-Mex: Matreiðsluferð um suðvesturbragði

AF862324

100 FERSKAR OG EKTA TEX-MEX UPPskriftir

Freyr Gíslason

EFNISYFIRLIT

KYNNING

Velkomin í „Sviðandi Tex-Mex: A Culinary Journey through Southwestern Flavors"! Þessi matreiðslubók býður þér að leggja af stað í spennandi matargerðarævintýri, kanna hinn lifandi og hrífandi heim Tex-Mex matargerðar. Með samruna bragðtegunda frá Texas og Mexíkó, sameinar þessi einstaki matreiðslustíll það besta af báðum heimum, sem leiðir af sér ljúffenga blöndu af reyktum, krydduðum og bragðmiklum réttum sem munu gleðja bragðlaukana.

Í þessari matreiðslubók munum við fara með þig í matreiðsluferð um Tex-Mex og sýna fjölbreytt úrval af uppskriftum sem endurspegla ríkan menningararf og matreiðsluhefðir suðvestur Bandaríkjanna. Hvort sem þú ert vanur kokkur eða byrjandi í eldhúsinu, þá hefur þessi bók eitthvað fyrir alla. Allt frá kjarngóðum chilis og snarkandi fajitas til ostaríkra enchilada og ljúffengra salsa, hver uppskrift hefur verið vandlega unnin til að tryggja áreiðanleika og ljúffengt.

Á öllum síðum „ Sviðandi Tex-Mex munum við ekki aðeins veita þér skref-fyrir-skref leiðbeiningar um að búa til ljúffenga rétti heldur einnig deila heillandi sögum og innsýn í uppruna og áhrif á bak við þessa ástsælu matargerð. Þú munt uppgötva helstu innihaldsefnin sem skilgreina Tex-Mex, læra um aðferðir sem notaðar eru til að ná þessum djörfu bragði og fá dýrmæt ráð til að sérsníða uppskriftir að þínum óskum.

Svo gríptu svuntuna þína og gerðu þig tilbúinn til að koma anda suðvestursins í eldhúsið þitt. Hvort sem þú ert að hýsa hátíðlega samkomu, undirbúa kvöldverð á viku eða einfaldlega þráir að smakka eldheita og bragðmikla Tex-Mex matargerðina, þá verður þessi matreiðslubók þinn trausti félagi. Leyfðu ilmi af kúmeni, chilipipar og ferskum kóríander að fylla heimili þitt þegar þú kafar í matreiðslufjársjóðina „Sviðandi Tex-Mex" og leggur af stað í ferðalag um matreiðslu.

SNÍL

1. Brenndar-hvítlauks sætar kartöflur

4 skammtar

Hráefni

- 1-1/2 pund óskrældar sætar kartöflur, skornar í 1/2 tommu bita
- 12 hvítlauksrif, afhýdd og skorin í tvennt
- 1 matskeið extra virgin ólífuolía
- 1-2 matskeiðar hakkað Serrano eða jalapeño chile 3/4 tsk þurrkað timjan 1/2 tsk kosher salt
- 1/2 tsk pipar

Leiðbeiningar

a) Forhitaðu ofninn þinn og pönnu. Settu 12 tommu ofnhelda pönnu eða eldfast mót sem er nógu stórt til að halda kartöflunum í einu lagi í ofninum, stilltu hitann í 375 ° F og hitaðu pönnuna í 30 mínútur.
b) Blandið hráefninu saman. Á meðan pönnuna hitnar skaltu sameina allt hráefnið í skál.
c) Steikið kartöflurnar. Taktu hituðu pönnu úr ofninum og dreifðu blönduðu hráefnunum strax jafnt. Settu pönnu í ofninn og steiktu kartöflurnar í 45 mínútur, hrærðu á 15 mínútna fresti svo þær eldist jafnt.

2. Ristað blómkál

4 skammtar

Hráefni

- 1 mjög stór blómkálshaus (um 1 pund 6 aura eftir að hafa verið klippt), skorið í blómkál sem eru 1-3 tommur í þvermál
- 1-1/2 matskeiðar extra virgin ólífuolía
- Nýmalaður svartur pipar, eftir smekk
- 8 hvítlauksgeirar, grófsaxaðir
- 2 matskeiðar af geitaosti, eða parmesan í staðinn

Leiðbeiningar

a) Forhitaðu ofninn þinn í 375°F.
b) Útbúið og steikið blómkálið. Raðið blómunum í eldfast mót sem rúmar þá í einu lagi, stilkarnir snúa upp.
c) Bætið við ólífuolíu, pipar og helmingnum af hvítlauknum og ristuðu brauðinu. Steikið í 25 mínútur.
d) Ef blómkálið hefur brúnast á botninum skaltu snúa því þannig að brúna hliðin sé upp. Ef það er ekki enn brúnt á botninum, haltu áfram að steikja þar til það er orðið, snúið því við og bætið afganginum af hvítlauknum við. Lækkið hitann í 350°F og haltu áfram að steikja þar til blómkálið er mjúkt og vel brúnt, 20-25 mínútur, eða samtals 45-55 mínútur.
e) Kláraðu réttinn. Þegar blómkálið er orðið meyrt og gullbrúnt, takið það úr ofninum og stráið ostinum strax yfir.

3. Steiktar gulrætur

4 skammtar

Hráefni

- 1-1/2 pund gulrætur, skrældar og skornar í bita
- 6 hvítlauksrif, afhýdd og mulin
- 1-1/2 matskeiðar extra virgin ólífuolía
- 1/4 hrúguð teskeið þurrkað timjan
- Nýmalaður svartur pipar, eftir smekk
- 1/4 hrúga tsk salt

Leiðbeiningar

a) Forhitaðu ofninn þinn í 400°F.

b) Settu gulræturnar í 12 tommu járnpönnu eða á eldfast mót sem er nógu stórt til að halda þeim í einu lagi. Hrærið restinni af hráefnunum saman við, hyljið pönnuna vel með filmu og steikið í 30 mínútur. Fjarlægðu álpappírinn og haltu áfram að steikja í 20 mínútur.

c) Hrærið og steikið í 5-10 mínútur til viðbótar, eða þar til gulræturnar eru vel brúnaðar.

4. Pozole meðlæti

Um 10 skammtar

Hráefni

- 1-1/2 bollar þurrkaður hominy
- 1/2 bolli saxaður laukur
- 1/2 bolli ristaður, skrældur og hakkaður ferskur grænn New Mexico, Anaheim eða Poblano chiles
- 1 tsk þurrkað oregano lauf
- 1/4 bolli saxaður tómatur
- 3/4 tsk salt
- 1/2 tsk nýmalaður svartur pipar

Leiðbeiningar

a) Leggið hominy í bleyti. Daginn áður en þú ætlar að bera fram Pozole skaltu setja hominy í skál, hylja það með nokkrum tommum af vatni og leyfa því að liggja í bleyti við stofuhita í 24 klukkustundir.
b) Eldið Pozole. Tæmdu hominy og fargaðu bleytivatninu. Skolaðu hominy, settu það í pott og hyldu það með 2 tommu af vatni. Látið suðuna koma upp, bætið því sem eftir er af hráefnunum út í og látið malla, að hluta til, þar til kjarnarnir eru al dente og virðast við það að springa, um 2-2-1/2 klst.
c) Taktu lokið af pottinum og haltu áfram að malla þar til næstum allur vökvinn hefur gufað upp.

5. Grillaður perukaktus

4 skammtar

Hráefni

- 4 meðalstórar en þunnar peruspöður Salt
- matreiðslusprey

Leiðbeiningar

a) Kveiktu á kola- eða viðareldi eða forhitaðu gasgrill of hátt.

b) Undirbúðu kaktusinn. Fjarlægðu allar hryggjar eða hnúta af spöðunum með skurðarhníf eða enda grænmetisskrældar, notaðu töng og vandlega til að slasast ekki af hryggnum. Skerið af og fargið um 1/4 tommu frá jaðri hvers spaða. Gerðu samhliða sneiðar á spöðunum eftir endilöngu um það bil 1 tommu á milli, frá ávölum toppum til innan við um 2 tommur frá botni hvers spaða. Kastaðu spöðunum með nægu salti til að hylja báðar hliðar og láttu þá sitja í 15 mínútur í sigti eða á disk.

c) Grillið kaktusinn. Skolið saltið af, þurrkið kaktusinn og úðið ríkulega á báðar hliðar með matreiðsluúða. Grillið á báðum hliðum þar til það er mjúkt og berið fram með grilluðum mat.

6. Chiles Anchos Rellenos

4 skammtar

Hráefni

Fyrir chiles

- 1 matskeið olía
- 2 bollar þunnt sneiddur hvítlaukur
- 3 hvítlauksrif, afhýdd og mulin
- 2 matskeiðar tamarindmauk leyst upp í 2 bollum heitu vatni
- 1 bolli melaó (reyrasíróp) eða púðursykur
- 1/2 tsk þurrkað oregano lauf
- 1/2 tsk þurrkað timjan
- 1/2 tsk salt
- 8 meðalstór til stór ancho chiles, sneið niður aðra hliðina, fræ fjarlægð

Fyrir fyllinguna

- 4 bollar ristaðar hvítlaukssætar kartöflur
- Steiktar gulrætur
- 2 aura geitaostur, rifinn
- Klípa salt
- 2 tsk extra virgin ólífuolía

Leiðbeiningar

a) Undirbúið chiles. Hitið olíuna við lágan til meðalhita í meðalstórum potti. Bætið lauknum út í og eldið þar til hann brúnast aðeins. Bætið hvítlauknum út í og eldið í eina mínútu.

b) Hrærið í tamarind-bragðbætt vatni, melao, oregano, timjan og salti.

c) Bætið chili út í, setjið lok á og látið malla í 10 mínútur. Takið pönnuna af hellunni, takið lokið af og kælið í að minnsta kosti 10 mínútur.

d) Gerðu fyllinguna. Á meðan chili er að kólna skaltu sameina sætu kartöflurnar og/eða gulræturnar og queso fresco eða panela. Þeytið saman salt og olíu og blandið því saman við grænmetið.

e) Fyllið og berið fram chili. Notaðu stóra skeið, fjarlægðu chiles í sigti og tæmdu í 5 mínútur.

f) Helltu varlega um 1/4 bolla af fyllingunni í hvern chili og settu 2 á hverja af fjórum diskum. Setjið smá af lauknum yfir hvern skammt og toppið með ostinum. Berið fram við stofuhita.

7. Rósmarín ristaðar kartöflur með svörtum baunum

4 skammtar

Hráefni

- 1/4 bolli extra virgin ólífuolía
- 3 hvítlauksrif, óafhýdd
- 3 matskeiðar ferskt rósmarín lauf
- 2/3 bolli af vatni
- Skannaðu 1/4 teskeið salt
- 12 aura rússuð eða Yukon gull kartöflur, skornar í 3/4 tommu bita
- 2 jalapeño chiles, fræ og æðar fjarlægðar, skornar í 1/8 tommu þykkar sneiðar
- 1 bolli soðnar og skolaðar svartar baunir
- 2 Roma tómatar, saxaðir í 1/2 tommu bita
- 1 stórt avókadó, skorið í 1/2 tommu bita
- 1/4 bolli fínt skorið kóríander
- 3/4 bolli rifinn, hluti undanrennu
- Geitaostur
- 2 matskeiðar heit sósa, eins og Sriracha
- 1/4 bolli sýrður rjómi eða tofutti

Leiðbeiningar

a) Gerðu bragðbætt olíuna. Setjið olíuna, hvítlaukinn og rósmarínið í örbylgjuþolið ílát og örbylgjuofn í 30 sekúndur á High. Bíddu í 15 sekúndur og endurtaktu.

b) Látið réttinn standa, þakinn, við stofuhita í 2-3 klukkustundir, síið síðan olíuna yfir í annan rétt og fargið hvítlauknum og rósmaríninu. Hrærið vatninu út í, saltið og geymið.

c) Steikið kartöflurnar. Forhitaðu ofninn þinn í 425°F. Setjið kartöflurnar í 9 tommu steypujárnspönnu eða svipað ofnþolið fat, bætið olíu-vatnsblöndunni út í og látið sjóða við meðalháan hita. Settu pönnu inn í ofn í 30 mínútur.

d) Takið úr ofninum, bætið jalapeño-hringjunum út í, snúið kartöflunum og steikið í 15 mínútur til viðbótar, eða þar til kartöflurnar eru orðnar gullinbrúnar.

e) Blandið grænmetinu saman. Á meðan kartöflurnar eru steiktar, sameinaðu svörtu baunirnar, tómatana, avókadó og kóríander í skál og geymdu. Kláraðu réttinn. Skiptið kartöflunum á fjóra diska, setjið jafna skammta af grænmetisblöndunni ofan á og skreytið með osti, heitri sósu og sýrðum rjóma eða tofutti.

8. Nautakjötsgrjónaeggjakaka

Afrakstur: 4 skammtar

Hráefni

- 3 Mjög þroskaðar grjónir
- Olía til steikingar
- 1 Laukur; hakkað
- $\frac{1}{2}$ græn paprika; hakkað
- 2 Hvítlauksrif
- $\frac{1}{2}$ pund Nautakjöt (ég borða venjulega)
- $\frac{1}{4}$ bolli Tómatsósa
- 1 matskeið Kapers
- 1 matskeið Grænar ólífur í sneiðar (valfrjálst)
- Salt og pipar
- $\frac{1}{2}$ pund Grænar baunir; ferskt eða frosið, skorið í 3 tommu bita
- 6 Egg
- $\frac{1}{4}$ bolli Smjör

Leiðbeiningar

a) Afhýðið grjónin, skerið í 2 tommu þykkar langsum sneiðar og steikið í olíu þar til þær eru gullinbrúnar. Fjarlægðu, tæmdu og haltu heitu. Steikið laukinn, græna piparinn og hvítlaukinn á pönnu þar til hann er mjúkur en ekki brúnn.

b) Bætið nautahakkinu út í og steikið við háan hita í 3 mínútur.

c) Hellið tómatsósunni út í og bætið kapers og ólífum út í ef vill.

d) Eldið 15 mínútur við meðalhita, hrærið af og til. Kryddið með salti og pipar eftir smekk. Þvoið baunirnar og gufið þar til þær eru meyrar. Þeytið eggin, bætið salti

og pipar eftir smekk. Smyrjið hliðar og botn á hringlaga potti og bræðið afganginn af smjörinu í botninn. Hellið helmingnum af þeyttu eggjunum út í og eldið við meðalhita í um það bil 1 mínútu eða þar til örlítið stífnað.
e) Hyljið eggin með þriðjungi af plantain sneiðunum, fylgt eftir með lögum af helmingi malaðs kjöts og helmingi baunanna. Bætið öðru lagi af grjónum, afganginum af nautahakkinu, öðru lagi af baunum og toppið með grjónum. Hellið restinni af þeyttu eggjunum yfir.
f) Eldið við lágan hita í 15 mínútur, án loks, gætið þess að láta eggjakökuna ekki brenna.
g) Settu síðan inn í 350 gráðu heitan ofn í 10 til 15 mínútur til að brúna toppinn.
h) Berið fram með hrísgrjónum og baunum. Frábært í hádeginu.

9. Hrísgrjónamjölsbollur

Afrakstur: 24 bollur

Hráefni

- 2 bollar Mjólk
- 2 aura Smjör
- $\frac{3}{4}$ teskeið Salt
- 2 bollar Mjög fínt hrísgrjónamáltíð
- 2 teskeiðar lyftiduft
- 3 Egg
- $\frac{1}{2}$ pund Mildur hvítur ostur
- Smjörfeiti eða jurtaolía til djúpsteikingar

Leiðbeiningar

a) Blandið saman hrísgrjónamjöli og lyftidufti og blandið saman við innihaldið í potti. Bætið eggjum EINU Í SINNI og blandið saman.
b) Eldið við meðalhita, hrærið stöðugt í með tréskeið, þar til blandan losnar frá hliðum og botni sósupönnu.
c) Takið af hitanum. Maukið ostinn með gaffli og bætið við. Blandið vandlega saman.
d) Slepptu blöndunni með skeiðar í fitu, hituð í 375 gráður, þar til hún er brún. Fjarlægðu og tæmdu á ísogandi pappír.

AÐALRÉTTUR

10. <u>Kjúklingur í möndlusósu</u>

Afrakstur: 1 skammtur

Hráefni

- $3\frac{1}{2}$ pund Kjúklingur; skorið í skammtabita
- Hveiti
- $\frac{1}{4}$ bolli ólífuolía
- 1 miðlungs Laukur; smátt saxað
- 1 Geiri hvítlaukur; hakkað
- $\frac{1}{2}$ bolli Tómatar; skrældar/hakkað
- 1 steinseljugreinar; (allt að 2)
- 2 Tommu stafur kanill
- 4 Heilir negull
- 2 bollar Kjúklingasoð
- $\frac{1}{2}$ bolli Bleikaðar möndlur
- Salt
- $\frac{1}{4}$ teskeið hvítur pipar
- 2 teskeiðar Lime eða sítrónusafi
- 2 Egg

Leiðbeiningar

a) Dýptu kjúklingabitana með hveiti, hristu til að fjarlægja umfram.
b) Hitið olíuna á pönnu og steikið kjúklinginn þar til hann er gullinn. Flyttu yfir í þungan pott. Steikið laukinn og hvítlaukinn á pönnunni og bætið út í kjúklinginn ásamt tómötum, steinselju, kanil, negul og kjúklingakrafti. Blandið möndlunum í hrærivél á miklum hraða og bætið í pottinn. Kryddið með salti, ef þarf, og hvítum pipar.
c) Lokið og látið malla varlega þar til kjúklingurinn er mjúkur, um 45 mínútur.

d) Fjarlægðu kjúklingabitana á disk og haltu þeim heitum. Fjarlægðu fitu af sósunni og minnkaðu sósuna niður í 2 bolla yfir ríkum hita.

e) Stillið kryddið og sigtið sósuna í gegnum fínt sigti. Setjið yfir lágan hita. Þeytið eggin með limesafanum. Hellið $\frac{1}{2}$ bolla af sósunni yfir eggin og þeytið út í með vírþeytara.

f) Hellið svo eggjablöndunni út í sósuna, þeytið stöðugt við lágan hita þar til sósan hefur þykknað. Látið sósuna ekki sjóða þar sem hún hrynur. Hellið yfir kjúklinginn.

g) Berið fram með venjulegum hvítum hrísgrjónum.

11. Gratínaður þorskur

Afrakstur: 1 skammtur

Hráefni

- 1 pund Bacalao
- 3 matskeiðar Smjör
- 1 stór Laukur; hakkað
- 1 matskeið Hveiti
- 1 hvítlauksgeiri; mulið
- 2 teskeiðar tómatpúrra
- 1 lárviðarlauf
- ½ bolli Þurrt hvítvín
- 1 bolli Vatn
- 1 matskeið Sítrónusafi
- 2 matskeiðar Niðurskornar ólífur
- 1 matskeið fersk steinselja; hakkað
- 2 matskeiðar Sneiddir sveppir
- Salt og nýmalaður pipar eftir smekk
- 2 matskeiðar Parmesan ostur; rifið
- 1 miðlungs Kartöflur; skrældar, soðnar og örlítið maukaðar

Leiðbeiningar

a) Leggið fiskinn í bleyti í vatni til að ná að minnsta kosti 4 klst. fjarlægðu húð og bein og flögðu með gaffli. smjörið 2 lítra pottrétt með 1 matskeið af smjöri og hyljið botninn með þorski.

b) Hitið afganginn af smjörinu í potti við meðalhita, bætið lauknum út í og steikið þar til það er brúnt. Hrærið hveiti og hvítlauk út í, blandið vel saman. Bætið við tómatmauki, lárviðarlaufi, víni, vatni og sítrónusafa.

c) Lækkið hitann og eldið, hrærið þar til blandan þykknar. Bætið við ólífum, steinselju og sveppum og smakkið til eftir salti og pipar. hrærið og eldið 3 mín. Takið sósuna af hellunni og hellið yfir fiskinn í pottinum. Stráið osti yfir og raðið hornunum á pottinum með kartöflunni.

d) Bakið í 350 gráðu heitum ofni í 35 mínútur eða þar til toppurinn er gullinbrúnn. berið fram með grænu salati.

12. Mexíkóskar baunir

Afrakstur: 4 skammtar

Hráefni

- 1 pund Baunir þurrkaðar
- 1 Laukur, sneiddur
- $\frac{1}{4}$ Grænn pipar, skorinn í teninga
- 3 Hvítlauksgeirar, sneiddir
- 8 aura Tómatsósa
- 2 matskeiðar ólífuolía
- 2 teskeiðar Salt
- 1 teskeið Salt
- 2 bollar Vatn
- 1 bolli Hrísgrjón, langkorna

Leiðbeiningar

a) UNDIRBÚIÐ baunir: Leggið baunirnar í bleyti í að minnsta kosti tvær klukkustundir (eiga yfir nótt líka). Skiptið um vatnið og látið suðuna koma upp.

b) Bætið við lauknum, piparnum og hvítlauknum; lokið og látið malla í 1 klst.

c) Bætið tómatsósunni, ólífuolíu og salti út í: setjið lok á og látið malla í 1 klukkustund í viðbót.

d) Hitið vatnið að suðu. Bætið hrísgrjónunum og salti saman við.

e) Lokið og látið malla í 20 mínútur.

13. Steiktur fiskur með sósu

Afrakstur: 12 skammtar

Hráefni

- $\frac{1}{2}$ bolli ólífuolía
- $2\frac{1}{2}$ pund Laukur, afhýddur og skorinn í sneiðar
- $1\frac{1}{2}$ bolli Vatn
- 24 Fylltar ólífur með pimientos
- 2 matskeiðar Kapers
- 1 dós 4 únsur. pimientos, skorið í litlar sneiðar í safa þeirra
- 2 dósir (8 oz.) tómatsósa
- 2 matskeiðar Edik
- 1 matskeið Salt
- 2 lárviðarlauf
- 4 pund Fisksneiðar
- 2 matskeiðar Salt
- 1 bolli ólífuolía
- 4 stórar Hvítlauksrif, afhýdd og mulin

Leiðbeiningar

a) Útbúið sósu með því að blanda hráefninu saman og eldið við meðalhita í um það bil 1 klukkustund.

b) Þegar sósan er næstum tilbúin skaltu krydda fiskinn með salti sem er innifalið í B og hylja aðeins með hveiti og steikja eins og hér segir: Setjið olíu og hvítlauk á pönnu. Brúnið hvítlauk við meðalhita. Fjarlægðu hvítlaukinn og settu á pönnuna þar sem margar fisksneiðar passa á hann. Brúnið við meðalhita á báðum hliðum, minnkið hitann í lágan og eldið í 15 mínútur eða þar til fiskurinn flagnar auðveldlega þegar hann er prófaður með gaffli. Steikið afganginn af fiskinum á sama hátt.

c) Setjið fiskinn í mót og setjið heita sósu yfir og látið standa í 5 mínútur.

14. Kjötkássa

Afrakstur: 1 skammtur

Hráefni

- 3 matskeiðar Grænmetisolía
- $1\frac{1}{2}$ pund Stewing nautakjöt; skera í 1 1/2 tommu
- 1 stór Laukur; hakkað
- 3 stórar hvítlauksrif; hakkað
- 1 matskeið Hakkað fersk steinselja
- 4 Ferskir timjangreinar eða 1 tsk þurrkaðir; molnaði
- 4 lárviðarlauf
- 2 matskeiðar Allt notalegt gólf
- 2 dósir nautakraftur; (14 1/2 únsa)
- 2 bollar Þurrt rauðvín
- 4 stórar Kartöflur
- 3 stórar Gulrætur
- $\frac{1}{2}$ pund Grænar baunir; snyrt, hálft
- Hakkað fersk steinselja

Leiðbeiningar

a) Hitið olíu í stórum þungum potti eða hollenskum ofni yfir háum hita. Bætið nautakjöti saman við í skömmtum og brúnið. Settu nautakjöt yfir í skál með skálinni. Bætið lauk og hvítlauk í pottinn og steikið í 5 mínútur. Bætið við steinselju, timjani, lárviðarlaufi og hveiti. Hrærið í 2 mínútur.

b) Blandið seyði og víni smám saman út í. Setjið nautakjötið aftur í pottinn og látið suðuna koma upp. Lækkið hitann í miðlungs-lágan og látið malla án loksins í 45 mínútur.

c) Bætið kartöflum og gulrótum við plokkfiskinn. Látið malla þar til kjötið og grænmetið er orðið meyrt, hrærið af og til, um það bil 30 mínútur. Bætið grænum baunum út í og látið malla þar til baunirnar eru mjúkar og örlítið þykknar, um það bil 10 mínútur.

d) Flyttu plokkfiskinn í stóra skál. Skreytið með saxaðri steinselju og berið fram.

15. Mexíkósk svört baunasúpa

Afrakstur: 1 skammtur

Hráefni

- 4 bollar grænmeti; (eða kjúklinga)soð (allt að 6)
- 2 bollar Skolið svartar baunir
- $\frac{1}{2}$ bolli Saxað sellerí
- 2 stórar Gulrætur; hægelduðum
- 1 miðlungs gulur laukur; hægelduðum
- $\frac{1}{4}$ bolli Edik
- 1 teskeið appelsínu- eða sítrónubörkur; rifið
- $\frac{1}{2}$ teskeið Kanill
- 1 klípa Cayenne; að smakka
- 2 teskeiðar Hvítlaukur; smátt saxað

Leiðbeiningar

a) Byrjaðu á 4 bollum af soði -- og bættu við meira eftir þörfum, eftir því hvort þú vilt súpusúpu eða meðlæti til að bera fram með hýðishrísgrjónum.

b) Setjið allt hráefnið saman í pott og eldið rólega í þrjár klukkustundir. Berið fram með soðnum hýðishrísgrjónum neðst á skálinni með eftirfarandi skreytingum til að bæta við eftir smekk: feitur sýrður rjómi eða jógúrt, saxaður grænn laukur, saxaður rauðlaukur, saxaðir tómatar, saxuð steinselja, salsa. Berið fram með frönsku brauði, heitum tortillum eða pítubrauði.

16. Mexíkóskur caldo gallego

Afrakstur: 6 skammtar

Hráefni

- ½ pund þurrkaðar hvítar baunir; liggja í bleyti yfir nótt,
- Og tæmd
- 1 pund Kjúklingalæri
- ½ pund spænsk eða mexíkósk chorizo pylsa; skera í 1/2" bita
- ½ pund Skinka; hakkað
- ¼ pund salt svínakjöt; hægelduðum
- 1 miðlungs gulur laukur; skrældar og saxaðar
- 3 hvítlauksrif; skrældar og saxaðar
- 2 teskeiðar Worcestershire sósu
- Tabasco sósa; smá strik eftir smekk
- 2½ lítri Vatn
- ½ pund Kartöflur; skrældar í fjórða hluta,
- Og sneið
- ½ pund grænt hvítkál; sneið þunnt
- 2 bollar Grænkál; sterkir stilkar fjarlægðir,
- Og sneið þunnt
- ½ pund Ræfur; skrældar í fjórða hluta,
- Og sneið
- Salt; að smakka
- Nýmalaður svartur pipar; að smakka
- Saxað ferskt dill til skreytingar; (valfrjálst)

Leiðbeiningar

a) Setjið tæmdar baunir, kjúkling, kórízó, skinku, salt svínakjöt, lauk, hvítlauk, Worcestershire sósu, Tabasco sósu og vatn í 6 til 8 lítra súpupott.

b) Látið suðuna koma upp og lækkið síðan í suðu. Eldið, þakið, í 45 mínútur.

c) Takið kjúklingabitana úr pottinum og beinið úr. Leggið kjötið til hliðar og fargið beinum. Bætið restinni af hráefninu nema salti, pipar og kjúklingi í pottinn. Látið malla, lokið, í 25 mínútur, bætið síðan við salti og pipar.

d) Setjið kjúklingakjötið aftur í pottinn og látið malla í nokkrar mínútur í viðbót. Toppið með valfrjálsu dilli.

17. Mexíkóskar kjúklingabaunir

Afrakstur: 4 skammtar

Hráefni

Kjúklingabaunir s

- 1 pund Kjúklingabaunir
- $2\frac{1}{2}$ lítri Vatn
- 2 matskeiðar Salt

Grasker

- $2\frac{1}{2}$ lítri Vatn
- $1\frac{1}{4}$ pund Grasker - eða leiðsögn skorið í sundur
- 6 aura Chorizo - bitastórir bitar

Sofrito

- 1 teskeið Grænmetisolía
- $\frac{1}{2}$ aura Sýrð skinka - skorin í teninga
- 1 Laukur - saxaður
- 1 Græn paprika
- 3 Sweet chile paprika
- 2 Hvítlauksrif
- 6 Fersk kóríanderlauf
- $\frac{1}{4}$ teskeið Oregano-mulið
- $\frac{1}{4}$ bolli Tómatsósa
- 1 matskeið Salt

Leiðbeiningar

a) Tæmdu kjúklingabaunir, skolaðu og settu í stóran pott ásamt graskeri, kóríósó og $2\frac{1}{2}$ lítra vatni. Látið suðuna koma hratt upp, hyljið og sjóðið við meðalhita í 1 $\frac{1}{2}$ klukkustund eða þar til kjúklingabaunir eru næstum mjúkar.

b) Afhjúpaðu, stappaðu graskerið og bættu við sofrito, tómatsósu og salti.

c) Blandið saman og sjóðið við meðalhita, án loks, í um 1 klukkustund, eða þar til sósan þykknar eftir smekk.

18. Mexíkóskur kjúklingur með hrísgrjónum

Afrakstur: 6 skammtar

Hráefni

- 4 matskeiðar ólífuolía
- 1 Heilur kjúklingur; skera í 8 bita
- 1 stór Laukur; hakkað
- 1 græn paprika; hakkað
- 2 matskeiðar Kapers
- $\frac{1}{4}$ bolli Ólífur; lítill, pimento fylltur
- 1 bolli Tómatsósa
- 1 matskeið Oregano
- 1 teskeið Rauð piparflögur
- 3 hvítlauksrif; hakkað
- 3 bollar hrísgrjón; langkorn
- $4\frac{1}{2}$ bolli Kjúklingakraftur
- $\frac{1}{2}$ bolli Steinselja; hakkað
- $\frac{1}{2}$ bolli Ertur; eldað
- 3 matskeiðar pimiento; hakkað

Leiðbeiningar

a) Hitið olíuna í potti eða hollenskum ofni sem er nógu stór til að geyma allt hráefnið og brúnið kjúklinginn á öllum hliðum. Lokið, lækkið hitann og látið malla í um það bil 15 mínútur.

b) Bætið lauknum og grænum pipar út í og eldið í 4 mínútur. Bætið kapers, ólífum, tómatsósu, oregano, piparflögum og hvítlauk út í og eldið í 4 eða 5 mínútur í viðbót.

c) Bætið hrísgrjónunum út í og hrærið vel í blöndunni. bætið kjúklingakraftinum og steinseljunni saman við og hrærið. Lokið pottinum, lækkið hitann og látið malla í um það bil 20 mínútur, eða þar til vökvinn hefur frásogast og hrísgrjónin eru mjúk.

d) Skreytið með baunum og pimento og berið fram.

19. Mexíkóskt svínakjöt og baunir

Afrakstur: 4 skammtar

Hráefni

- 1 matskeið rapsolía
- 6 Spararifs úr svínahrygg
- 1 miðlungs Gulrót - 1/2" teningur
- 2 miðlar Laukur - sneiddur
- 6 Hvítlauksrif
- 3 lárviðarlauf
- 1 teskeið Oregano
- 1 pund Dós heilir tómatar
- 1 lítið Jalapeno pipar - saxaður
- 2 teskeiðar Salt
- 1 pund Þurrkaðar nýrnabaunir
- 1 búnt Cilantro

Leiðbeiningar

a) Hitið olíuna í sterkum potti. Þegar það er heitt skaltu bæta svínakjötinu í einu lagi og elda það við meðalhita í um það bil 30 mínútur, snúa því þar til það er brúnt á öllum hliðum. Bætið við 4 bollum af köldu vatni og öllu sem eftir er af hráefninu nema söxuðu kóríanderlaufunum.

b) Látið suðuna koma upp, lækkið hitann í lágan, lokið á og látið malla varlega í $1+\frac{3}{4}$ til 2 klukkustundir þar til kjötið er meyrt.

c) Skiptið á fjóra einstaka diska, stráið söxuðum kóríanderlaufum yfir og berið fram með gulum hrísgrjónum.

20. Mexíkóskar rauðar baunir og hrísgrjón

Afrakstur: 4 skammtar

Hráefni

- $\frac{1}{4}$ bolli ólífuolía
- 2 bollar Saxaður laukur
- 1 matskeið Hakkaður hvítlaukur
- 1 pund þurrkaðar rauðar baunir; skolaður, bleytur; og tæmd (allt að)
- 5 bollar Kjúklingasoð
- 2 lárviðarlauf
- 1 Stykkið kanilstöng
- Heit piparsósa eftir smekk

Leiðbeiningar

a) Hitið olíuna í stórum þungum potti. Bætið lauknum út í og steikið, hrærið, þar til hann er húðaður með olíu. Lokið og eldið við mjög lágan hita, hrærið af og til, þar til það er gullbrúnt, um það bil 15 mínútur. Hrærið hvítlauknum saman við og steikið, án loks, í 3 mínútur.

b) Bætið baununum og soðinu út í laukinn. Hitið að suðu og eldið, þakið, við lágan hita í 2 klukkustundir. Bætið lárviðarlaufunum og kanil út í. Lokið og haltu áfram að elda þar til baunirnar eru mjög mjúkar, um það bil 1 klukkustund í viðbót.

c) Kryddið með salti og heitri rauðpiparsósu. Hægt er að útbúa baunirnar allt að 24 klukkustundum áður en þær eru bornar fram. Hitið aftur og bætið við viðbótarsoði ef þarf.

21. Mexíkósk hrísgrjón með kjúklingi

Afrakstur: 8 skammtar

Hráefni

- $2\frac{1}{2}$ pund Kjúklingabitar
- 2 Piparkorn (heill svartur pipar)
- 2 Hvítlauksrif afhýdd
- 1 teskeið Þurrkað oregano (for ferskt)
- $4\frac{1}{2}$ teskeið Salt
- 2 teskeiðar ólífuolía
- 1 teskeið Edik
- 1 matskeið Svínafeiti eða jurtaolía
- 1 eyri Salt svínakjöt
- 2 aura Magur saltaður skinka (þvoið og sneið í sundur salt svínakjöt og skinka)
- 1 Laukur afhýddur
- 1 Græn pipar, fræhreinsaður
- 3 Sweet chilipipar, fræhreinsuð
- 1 Tómatar
- 6 Fersk kóríanderlauf (saxið allt í litla bita)
- $\frac{1}{2}$ teskeið Salt
- 10 Ólífur fylltar með pimientos
- 1 matskeið Kapers
- $\frac{1}{4}$ bolli Tómatsósa
- 2 matskeiðar Fitu eða "achiote litarefni"
- 3 bollar Hrísgrjón
- 1 dós (17 oz.) grænar baunir
- 1 dós (4 únsur) pimientos

Leiðbeiningar

a) Þvoið kjúklinginn og skiptið hverjum kjúklingabita í tvennt. Þurrkaðu og nuddaðu með kryddi sem er innifalið í B. Sett í kæli yfir nótt.
b) Hitið fitu í þungum katli og brúnið hratt og saltið svínakjöt og skinku. Minnka í meðallagi og bæta við kjúklingi. Eldið í 5 mínútur.
c) Dragðu úr hita niður í lágan. Bætið hráefninu út í og steikið í 10 mínútur, hrærið af og til.
d) Á meðan tæmdu vökva úr dós af ertum í mæliglas og nóg vatn til að gera $2\frac{1}{2}$ bolla, ef venjuleg hrísgrjón eru notuð eða $3\frac{1}{2}$ ef notuð eru löng hrísgrjón. Reserve baunir. Hitið vökva og bíðið.
e) Bætið við hráefni í ketil og blandið saman við meðalhita í 2 mínútur.
f) Bætið heitum vökva í ketilinn og blandið vel saman og eldið ólokið við meðalhita þar til hrísgrjón eru þurr.
g) Snúið hrísgrjónum frá botni og upp með gaffli.
h) Lokið ketilnum og eldið við lágan hita í 40 mínútur. Haldið á þessu eldunartímabili snúið hrísgrjónum við aftur.
i) Bætið við ertum, snúið hrísgrjónum enn og aftur og setjið lok á, eldið í 15 mínútur við lágan hita.
j) Skeið hrísgrjónum á framreiðsludisk.

k) Hitið pimientos í safa þeirra, hellið af og skreytið hrísgrjónin.
l) Berið fram í einu.

22. Mexíkósk hrísgrjón með dúfubaunum

Afrakstur: 8 skammtar

Hráefni

- $\frac{1}{2}$ pund þurrkaðir gondólar (dúfubaunir); skolað
- 3 bollar Vatn
- 1 eyri salt svínakjöt; saxað smátt
- 2 hvítlauksrif; skrældar og muldar
- 1 matskeið ólífuolía
- 1 miðlungs rauð paprika; kjarna, sáð,
- Og saxað smátt
- 1 miðlungs græn paprika; kjarna, sáð,
- Og saxað smátt
- 1 miðlungs gulur laukur; saxað smátt
- 1 miðlungs Tómatar; saxað smátt
- 1 matskeið Annatto olía
- 1 bolli Umbreytt hrísgrjón Ben frænda
- Nýmalaður svartur pipar; að smakka
- 2 bollar Kalt vatn
- Salt; að smakka

Leiðbeiningar

a) Hitið gondólana og 3 bolla af vatni í litlum potti að suðu. Lokið, slökkvið á hitanum og leyfið að standa í 1 klst.

b) Tæmdu baunirnar, geymdu vatnið. Steikið svínasaltið, skinkuna og hvítlaukinn í ólífuolíu í nokkrar mínútur í 6 lítra potti. Bætið bæði paprikunni og lauknum út í, setjið lok á og eldið við meðalhita þar til laukurinn fer að verða gegnsær.

c) Bætið tómötunum, tæmdu gondólunum og $1\frac{1}{2}$ bolla af afteknu vatni út í. Látið malla, lokið við lágan hita í 15 mínútur þar til baunir eru næstum mjúkar og mestur vökvinn horfinn.

d) Hrærið Annatto olíunni, hrísgrjónum, svörtum pipar og 2 bollum af köldu vatni saman við.

e) Látið suðuna koma upp og látið malla, undir loki, í 15 til 20 mínútur þar til vökvinn hefur frásogast og hrísgrjónin eru mjúk. Bætið salti við ef þarf.

23. Mexíkóskur kalkúnn

Afrakstur: 1 skammtur

Hráefni

- Tyrkland
- 12 Hvítlauksrif
- 10 teskeiðar Þurrt mexíkóskt oregano
- 12 teskeiðar ólífuolía
- 12 teskeiðar Rauðvínsedik
- 1 teskeið Salt
- $\frac{1}{2}$ teskeið Pipar

Leiðbeiningar

a) Maukið 12 hvítlauksrif, 10 tsk þurrt mexíkóskt oregano, 12 tsk ólífuolía, 12 tsk rauðvínsedik, 1 tsk salt og $\frac{1}{2}$ tsk pipar í blandara. Þessi blanda mun vera um samkvæmni majónesi.

b) Síðan skaltu „snyrja" kalkúnabringuna að innan og utan með blöndunni og nota hana alla. Setjið í bökunarform, lokið vel og bakið við 350° í $\frac{1}{2}$ klukkustund.

c) Takið lokið af og steikið áfram þar til það er mjúkt (tíminn fer eftir stærð bringunnar eða fuglsins). Þeytið á um það bil 15 mínútna fresti með pönnusafanum.

24. Mexíkóskt sjávarfang asopado

Afrakstur: 1 skammtur

Hráefni

- 1 Laukur; hægelduðum
- 1 rauður pipar; hægelduðum
- 1 græn paprika; hægelduðum
- 2 Sellerí bitar; hægelduðum
- Rækjuskel úr hrísgrjónarétti
- Humarskeljar úr hrísgrjónarétti
- $\frac{1}{2}$ bolli hvítvín
- $\frac{1}{2}$ bolli Tómatsósa
- 2 lítrar Vatn
- 1 Laukur; hægelduðum
- 1 rauður pipar; hægelduðum
- 1 græn paprika; hægelduðum
- 2 ristuð paprika; hægelduðum
- 2 bollar Hrísgrjón
- 8 bollar Sjávarfangastofn
- $\frac{1}{2}$ pund Krabbakjöt
- 1 klípa Saffran
- 1 pund humar; rauk
- $\frac{1}{2}$ pund Rækjur
- $\frac{1}{2}$ bolli Sætar baunir

Leiðbeiningar

a) Steikið lauk, pipar og sellerí. Bætið við skeljum og eldið í 5 mínútur. Bætið við hvítvíni og tómatsósu. Bætið við vatni og látið malla í 45 mínútur. Sigtið og geymið birgðir.

b) Steikið lauk, papriku og bætið ristuðum paprikum við. Bætið við hrísgrjónum og steikið þar til þau eru hálfgagnsær

c) Bætið við sjávarafurðakrafti, krabbakjöti og saffran; eldið í um það bil 15 mínútur við lágan hita. Bætið humri, rækjum og sætum baunum saman við. Hitið 3 mínútur áður en það er borið fram

25. Heimalagaður vegan chorizo

Skammtar: 15 oz.

Hráefni

- 1 blokk (12 oz.) Tofu, extra stíft
- ½ pund. Sveppir smátt saxaðir
- 6 Chile guajillo, þurrkað, fræhreinsað
- 2 Chile ancho, þurrkað, fræhreinsað
- 4 Chile de arbol, þurrkað
- 4 hvítlauksrif
- 1 msk. Oregano þurrkað
- ½ tsk. Kúmen, malað
- 2 negull, heilir
- 1 msk. Paprika maluð
- ½ tsk. Kóríander malaður
- 2 msk. Jurtaolía, valfrjálst

Leiðbeiningar

a) Taktu tófú úr pakkanum og settu á milli tveggja lítilla diska. Setjið dós ofan á diskana og látið standa svona í 30 mín.

b) Látið suðu koma upp í litlum potti af vatni. Fjarlægðu stilkana og fræin af chili og fargaðu þeim. Slepptu chili í sjóðandi vatnið. Snúðu hitann niður í lægstu stillingu og láttu chilesið sitja í vatninu í 10 mín.

c) Takið chili úr vatninu og setjið í blandara. Geymið ½ bolla af chile bleytivökvanum.

d) Bætið hvítlauk, oregano, kúmeni, negul, papriku, kóríander og ¼ bolla af bleytivökva í blandarann og vinnið þar til það er slétt. Ef nauðsyn krefur skaltu bæta við ¼ bolla sem eftir er af bleytivökvanum til að koma hlutunum á hreyfingu í blandarann.

e) Kryddið chileblönduna með salti og pipar og farðu í gegnum fína sigti. Setja til hliðar.

f) Hellið vatninu af tófúinu og myljið með höndunum í stóra skál. Hellið helmingnum af maukuðu chileblöndunni í skálina með tófúinu og hrærið saman. Setja til hliðar.

g) Hitið stóra pönnu að háum hita og bætið við 1 msk. af olíu. Þegar olían er orðin heit, bætið við fínsöxuðum sveppum og haltu áfram að elda þar til sveppirnir byrja að brúnast, um 6-7 mín.

h) Lækkið hitann í miðlungs-lágan og hellið hinum helmingnum af chileblöndunni út í. Hrærið og haltu áfram að elda í 3-4 mínútur, þar til sveppirnir byrja að draga í sig chile-blönduna. Takið af pönnunni og setjið í stóra skál.

i) Hitið steikingarpönnu sem er stillt á miðlungshita og bætið við 1 msk. af olíu. Bætið tófúblöndunni út í og haltu áfram að elda þar til vökvinn byrjar að gufa upp og tófúið verður stökkt, 7-8 mínútur. Þú getur gert tófúið eins stökkt og þú vilt. (Gættu þess að yfirfylla ekki pönnuna, annars verður tófúið aldrei stökkt.)

j) Hellið soðinni tófúblöndu í skálina með sveppunum og blandið vel saman. Stilltu kryddið.

1.

26. Rjómalöguð Chipotle Pasta

Skammtar: 2 skammtar

Hráefni

- 1/2 bolli Möndlur, heilar, hráar
- 1/4 bolli möndlumjólk, ósykrað (eða jurtaolía)
- 1 Chipotle pipar í Adobo, (aðeins ein af paprikunum í dósinni)
- 1 hvítlauksgeiri
- 3/4 bolli Vatn
- 1/2 bolli tómatur, eldsteiktur
- 1 msk. Sítrónusafi, ferskur
- 1/2 lb. Spaghetti, heilhveiti
- 1 msk. Cilantro hakkað

Leiðbeiningar

a) Setjið möndlur, möndlumjólk, vatn, chipotle, hvítlauksrif, brennda tómata og sítrónusafa í blandara og vinnið þar til slétt. Kryddið með salti og pipar.
b) Sjóðið pasta samkvæmt leiðbeiningunum á kassanum. Tæmið og setjið í stóra skál.
c) Hellið chipotle sósu yfir pasta og blandið vel saman.
d) Berið fram með söxuðum kóríander ofan á.

27. Jackfruit Vegan Pozole Rojo

Skammtar: 6 skammtar

Hráefni

- 1 dós White hominy, tæmd, skoluð
- 3 lítrar grænmetiskraftur
- 5 Chile guajillo, þurrkað, stilkað og fræhreinsað
- 2 Chile ancho, þurrkað, stilkað og fræhreinsað
- 5 Chile de Arbol, þurrkað, stilkað og fræhreinsað
- 6 hvítlauksrif
- ½ laukur hvítur
- 1 msk. Grænmetisolía
- 2 dósir Ungur grænn jackfruit saltvatn, tæmd
- 1 kúrbít, meðalstór, skorinn í teninga

Álegg

- 1 hvítlaukur, lítill, saxaður
- 6 rauðar radísur, skornar í kylfur
- 2 msk. Oregano þurrkað
- ½ grænt hvítkál, kjarnhreinsað, þunnt sneið
- 4 lime skornar í fernt

Leiðbeiningar

a) Blandið saman grænmetiskraftinum og hominy í stórum potti og látið sjóða í lágmarki.

b) Á meðan hominy er að malla skaltu fjarlægja stilka og fræ af chile ancho, arbol og guajillo. Skolaðu og settu í meðalstóran pott með vatni.

c) Látið suðu koma upp í pottinum við meðalháan hita. Lækkið hitann og látið malla í 10 mínútur.

d) Tæmdu chili, en geymdu 1 ½ bolla af chile vatni. Setjið chili, hvítlauk og lauk í blandarann, bætið chilevatninu út í og blandið þar til það er slétt. Álag.

e) Til að undirbúa ávöxtinn skaltu tæma hann, skola hann og klappa honum með pappírshandklæði. Skerið kjarnann af jackfruitinum (oddurinn af þríhyrningsbitunum) og skerið bitana í tvennt. Hitið 1 msk. af olíu á stórri pönnu stillt á miðlungshita. Bætið jackfruitinum út í og steikið í 3-4 mínútur á hvorri hlið eða þar til þeir eru byrjaðir að brúnast. Hellið chile-sósunni yfir jackfruitinn og lækkið hitann í lágmark-miðlungs. Látið malla í 10 mínútur eða þar til jackfruit byrjar að brotna niður og sósan hefur þykknað aðeins. Notaðu gaffal til að tæta niður jackfruitinn þegar hann eldast niður. Kryddið með salti og pipar.
f) Hominy þín ætti samt að malla mjög hægt. Skelltu út einn bolla af hominy-grænmetiskraftblöndunni og blandaðu þar til slétt. Hellið þessu aftur í pottinn með hominy
g) Hækkið hitann í miðlungs lágan hita og bætið kúrbítnum og rifnum jackfruit út í með sósu. Látið malla í 8-10 mínútur eða þar til kúrbíturinn er mjúkur. Kryddið eftir smekk með salti og pipar.
h) Berið fram pozole með öllu álegginu á hliðinni.

28. Mexíkósk „Kjötbollusúpa"

Skammtar: 6 skammtar

Hráefni

- 1 tómatur, miðlungs hægeldaður
- 1/4 hvítur eða gulur laukur, skorinn í teninga
- 2 gulrætur, meðalstórar
- 1-2 Sellerí stilkar
- 2-3 hitaeiningar gulur pipar
- 3 kartöflur, litlar, skornar í fernt
- 1 mexíkóskur kúrbít, lítill
- 3 greinar af kóríander
- 6-8 myntublöð, smátt skorin
- 1 msk. Avókadóolía
- 1 pakki Follow Your Heart vegan eggjapakki
- 1/3 bolli hvít hrísgrjón, langkorna, hrá
- 1 tsk. Svartur pipar
- 1 tsk. Hvítlaukssalt
- 2 msk. Betri en bauillon án kjúklingabotn

Leiðbeiningar

Til að búa til soðið:

a) Stilltu stóran súpupott á meðalhita. Bætið 1 msk. af olíu og bætið lauknum út í pottinn. Látið laukinn sjóða í 2-3 mínútur eða þar til hann er mjúkur og hálfgagnsær. Bætið tómötum út í og eldið í 3 mínútur í viðbót.

b) Hellið nægu vatni í pottinn til að fylla hann 1/2 hátt. Látið suðuna koma upp. Bætið betra en Bouillon No-Chicken botni og saltið og piprið eftir smekk (pipar er valfrjálst).

Að búa til kjötbollurnar

c) Blandið saman 1 tsk í stórri skál. svartur pipar, 1 tsk. hvítlaukssalt, 1/3 bolli af hvítum hrísgrjónum og saxaðri myntu. Blandið vel saman.

d) Fylgdu leiðbeiningunum á pakkanum með vegan eggjunum og gerðu um 2 vegan egg. Bætið helmingnum af eggjablöndunni út í kjötbollublönduna og blandið vel saman. Gakktu úr skugga um að blandan sé nógu egglög til að móta kjötbollurnar. Ef nauðsyn krefur skaltu bæta við meira af vegan eggjablöndunni þar til þú færð viðeigandi þykkt.

e) Mótið 8-10 kjötbollur með höndunum. Bætið þeim við sjóðandi soðið.

f) Mikilvægt er að hræra ekki of mikið í kjötbollunum, annars falla þær í sundur. Eldið í 15 mínútur eða svo.

g) Á meðan kjötbollurnar eru soðnar, skerið gulrætur, sellerí og kúrbít í litla teninga. Gerðu fjórðungsskurð fyrir kartöfluna.

h) Bætið niðurskornum gulrótum, selleríi, kúrbít, kartöflum og gulri papriku (ekki skera) í pottinn. Lækkið hitann í miðlungs-lágan þar til grænmetið er soðið. Setjið lok á pottinn og látið elda vel saman í um það bil 15 mínútur.

i) Bættu við kóríander til að klára snertingu og láttu elda í nokkrar mínútur og þú ættir að hafa vegan albondigas! Ekki gleyma heitu tortillunum! Eða jafnvel avókadó sneiðar!

1.

29. Mól chilaquiles með grænu og baunum

Skammtar: 4 skammtar

Hráefni

- salat

Grænmeti og baunir:

- $\frac{1}{4}$ bolli af vatni
- 2 hvítlauksrif, söxuð
- 8 únsur. Spínat (um 1 poki)
- 1 dós (14 oz.) Svartar baunir, tæmdar

Sósa:

- 1 krukka (7,2 oz.) Mole Poblano
- 2 bollar grænmetiskraftur

Álegg

- Möndlukrem
- Vegan Queso Cotija
- 1 hvítlaukur, skorinn í mjög þunna hringa

Leiðbeiningar

a) Forhitið ofninn í 400°F. Settu tortilla þríhyrninginn á tvær bökunarplötur klæddar með smjörpappír og bakaðu í 15 til 20 mínútur þar til þær verða stökkar. Takið úr ofninum og setjið til hliðar. (Þú getur líka steikt þær á þykkbotna sautépönnu þar til þær eru gullinbrúnar, eða keypt poka af franskar.)

b) Grænmeti og baunir:

c) Hitið stóra pönnu að meðalhita og hellið $\frac{1}{4}$ bolla af vatni út í. Bætið hvítlauk út í og eldið í 1 mínútu. Bætið spínati út í og blandið saman.

d) Þegar spínat hefur soðið niður (um 2 mínútur) bætið við svörtum baunum. Kryddið með salti og pipar.

Sósa:

e) Stilltu stóran pott á meðalhita, bætið 1 bolla af grænmetiskrafti og mólmauki út í. Hrærið.

f) Þegar mólmaukið leysist upp og blandan kraumar skaltu bæta við öðrum bollanum af grænmetiskrafti. Það mun virðast eins og mólið sé of þunnt, en um leið og mólið kólnar jafnvel aðeins þykknar það. Látið suðuna koma upp, hrærið og takið af hitanum.

g) Að koma þessu öllu saman

h) Gakktu úr skugga um að mólinn þinn sé í réttu samræmi, það ætti að vera eins og þunn rjómasúpa, stilltu eftir þörfum með grænmetiskrafti.

i) Bætið flögum og grænmetinu og baununum í pottinn með mólinu. Blandið vel saman til að hjúpa. Berið fram strax og toppið með möndlukremi, vegan queso cotija og lauk.

30. Torta Ahogada

Skammtar: 2 tortillur

Hráefni

Tortas:

- 2 Bolillo rúllur eða 6 tommu langar baguettes, skipt í tvennt
- 1 bolli steiktar baunir, notaðar svartar baunir
- 1 Þroskað Hass avókadó, grófhreinsað, afhýtt

Sósa:

- 30 Chiles af Arbol, stofnað, sáð og endurvatnað
- 3 hvítlauksrif
- 1 bolli Vatn
- 1 tsk. Þurrkað mexíkóskt oregano
- 1/2 tsk. Malað kúmen
- 1/2 tsk. Nýmalaður svartur pipar
- 1/8 tsk. Malaður negull
- 1 tsk. Salt

Skreytingar:

- 2 radísur, þunnar sneiðar
- 8 til 12 hvítir súrsaðir laukar, skipt í hringa
- Lime bátar

Leiðbeiningar

Tortas

a) Ristið rúllurnar eða baguettur létt. Hitið baunirnar og dreifið þeim jafnt í hverja rúllu. Bætið avókadósneiðunum út í. Setjið samlokurnar í skálar.

Sósa:

b) Í blandara eða matvinnsluvél, maukið endurvatnaða arbol chiles, hvítlauk, mexíkóskt vatn oregano, kúmen, pipar, negul og salt. (Síið ef þið viljið mjög mjúka sósu.)

c) Hellið sósunni yfir samlokurnar. Skreytið samlokurnar með sneiðum radísum og súrsuðum lauk og berið fram með limebátum. Borðaðu þessar tortas með gaffli og fullt af servíettum.

1.

31. Mexíkóskar kúrekabaunir

Skammtar: 6 skammtar

Hráefni

- $\frac{1}{2}$ pund. Pinto baunir þurrkaðar
- 1 Laukur, hvítur, stór
- 3 hvítlauksrif, mulin
- 2 greinar af kóríander
- $\frac{1}{4}$ bolli grænmetiskraftur eða vatn
- 6 únsur. (3/4 bolli) Vegan chorizo
- 2 Serrano chiles, hakkað
- 1 tómatur, stór, skorinn í teninga

Leiðbeiningar

a) Leggið baunir í bleyti í vatni yfir nótt.

b) Daginn eftir skaltu sigta þau og setja í stóran pott. Hellið nægu vatni í pottinn til að fylla $\frac{3}{4}$ af leiðinni.

c) Skerið laukinn í tvennt. Setjið $\frac{1}{2}$ laukinn, kóríandergreinarnar og 3 hvítlauksrif í pottinn með baununum. Geymið hinn helminginn af lauknum.

d) Látið suðuna koma upp í vatni og láttu baunirnar sjóða þar til þær eru næstum mjúkar, um það bil 1 $\frac{1}{2}$ klukkustund.

e) Á meðan baunirnar eru að eldast hitið stóra suðupönnu að meðalháum hita. Bætið chorizo og steikið þar til það er aðeins brúnt, um 4 mínútur. Á meðan chorizóið er að eldast, skerið hinn helminginn af lauknum í teninga.

f) Takið chorizo af pönnunni og setjið til hliðar. Bætið $\frac{1}{4}$ bolla af vatni, hægelduðum lauk og serrano papriku í sautépönnuna. Svitið lauk og chili þar til mjúkt og hálfgagnsært, um 4-5 mínútur. Bætið tómötum út í og látið malla í 7-8 mínútur í viðbót eða þar til tómaturinn hefur brotnað niður og sleppt öllum safa.

g) Bætið þessari blöndu og chorizo út í baunapottinn og látið malla í 20 mínútur í viðbót eða þar til baunirnar eru alveg mjúkar. Kryddið eftir smekk með salti og pipar.

h) Áður en borið er fram skaltu fjarlægja hálfan lauk, kóríanderkvist og hvítlauksrif úr baununum. Kryddið með salti og pipar

32. Mexíkósk brún hrísgrjón

Skammtar: 3 skammtar

Hráefni

- 1 bolli hýðishrísgrjón, langkorna
- $\frac{1}{4}$ laukur, hvítur
- 3 hvítlauksrif
- 1 $\frac{1}{2}$ bolli tómatur, skorinn í bita
- 1 msk. tómatpúrra
- 1 $\frac{1}{2}$ bolli grænmeti, soð eða seyði
- $\frac{1}{2}$ tsk. Salt, kosher
- 1 bolli baunir, frosnar

Leiðbeiningar

a) Leggið hýðishrísgrjónin í bleyti í köldu vatni yfir nótt.
b) Tæmið hrísgrjónin. Stilltu miðlungs pott á meðalhita og bætið hrísgrjónunum út í. Hrærið oft og látið hrísgrjón ristað þar til þau eru gullinbrún, um 8-10 mín.
c) Á meðan blandaðu tómötum, lauk, hvítlauk og tómatmauki þar til það er slétt. Álag. Þú ættir að enda með 1 bolla af mauki. Ef þú gerir það ekki skaltu bæta við nægu grænmetiskrafti til að það verði einn bolli.
d) Hellið tómatmaukinu í pottinn með hrísgrjónunum og látið malla í 2 mínútur. Bætið 1$\frac{1}{2}$ bolla af grænmetiskrafti út í. Bætið $\frac{1}{2}$ tsk af salti út í og hrærið. Lokið og lækkið hitann í vægan suðu. Látið elda í 35 - 40 mínútur.
e) Takið pönnuna af hitanum og látið hvíla undir loki í 7 mínútur.
f) Á meðan slepptu ertum í sjóðandi vatni þar til þær eru mjúkar, um það bil 1 mínútu, tæmdu.
g) Bætið ertum út í hrísgrjón og léttið með gaffli.

33. Arroz a la Mexicana

8 skammtar

Hráefni

- 2 hvítlauksgeirar, saxaðir
- 1 tsk salt
- 2-1/3 bollar natríumsnautt kjúklingasoð
- 1/4 bolli extra virgin ólífuolía
- 1-1/2 bollar langkorna hrísgrjón
- 1/3 bolli eldsteiktir niðursoðnir tómatar, eða staðgengill tómatsósa
- 1/3 bolli afhýdd og rifin gulrót
- 1 bolli sneiddur hvítlaukur, 1/4 tommu þykkur
- 1 bolli sneið, fræhreinsaður Poblano chile, 1/4 tommu þykk 1/4 bolli frosnar baunir

Leiðbeiningar

a) Útbúið soðið. Setjið hvítlaukinn og saltið í blandara, bætið 1 bolla af soðinu út í og maukið. Bætið restinni af soðinu út í og blandið aftur til að blanda vel saman. Áskilið.

b) Steikið hrísgrjónin. Hitið stóran pott (mér finnst gott að nota hollenskan steypujárnsofn) yfir meðalhita, bætið ólífuolíu út í og hrærið hrísgrjónunum út í. Eldið hrísgrjónin, hrærið oft, þar til þau verða gullinbrún. Ef nauðsyn krefur skaltu minnka hitann til að koma í veg fyrir að hann brenni. Þegar því er lokið, eftir 5-8 mínútur, heyrist hljóð eins og sandi er hent í málmílát.

c) Eldið sósuna inn í hrísgrjónin. Hrærið muldum tómötum eða tómatsósunni út í brúnuðu hrísgrjónin, snúið hitanum í miðlungs eða aðeins yfir og eldið, hrærið nánast stöðugt, þar til næstum því.

d) allur vökvinn hefur gufað upp og hrísgrjónakornin festast ekki lengur saman, um 5 mínútur. Þetta er mjög mikilvægt þar sem því meiri vökvi sem það gufar upp, því léttari verða hrísgrjónin.
e) Í fyrstu muntu halda að það muni aldrei gerast, en það mun gerast. Undir lokin gæti eitthvað af hrísgrjónunum byrjað að brenna. Lítið af því bætir við bragðið, en lækkaðu hitann til að lágmarka hann.
f) Eldið hrísgrjónin. Blandið seyðiblöndunni stuttlega saman og hellið í pottinn með hrísgrjónunum. Hækkið hitann í háan og bætið við gulrótum, sneiðum lauk, poblano og frosnum baunum. Látið suðuna koma upp, setjið lok á pottinn, lækkið hitann eins lágt og hægt er til að halda soðinu við suðu og eldið í 15 mínútur.
g) Takið pottinn af hellunni og látið hrísgrjónin gufa í 10 mínútur. Takið lokið af og hrærið varlega í hrísgrjónunum með gaffli til að skilja kornin að. Lokið pottinum og leyfið hrísgrjónunum að gufa í 10 mínútur í viðbót.

34. Saffran hrísgrjón

8-10 skammtar

Hráefni

- 1 klípa (um 1/4 pakkuð teskeið) saffranþræðir
- 3 bollar natríumsnautt kjúklingasoð
- 4 hvítlauksgeirar, saxaðir
- 1 tsk salt
- 1/2 matskeið nýkreistur lime safi
- 2 matskeiðar extra virgin ólífuolía
- 1-1/2 bollar jasmín hrísgrjón, eða skiptu út hvaða góðum langkorna hrísgrjónum sem er 1/4 bolli hakkað hvítlaukur
- 1 miðlungs serrano chile, fræ og æðar fjarlægð og söxuð
- 2 matskeiðar smátt söxuð steinselja

Leiðbeiningar

a) Hellið soðið með saffran. Setjið saffran í hitaþolna skál. Látið suðu koma upp í 1 bolla af seyði og hellið því yfir saffran. Látið blönduna malla í að minnsta kosti 15 mínútur.

b) Búið til afganginn af eldunarvökvanum. Setjið 3 af söxuðu hvítlauksrifunum og saltinu í blandara, bætið hinum 2 bollum af seyði og limesafa út í og blandið þar til maukað.

c) Eldið hrísgrjónin í olíunni. Bætið afganginum af hakkaðri hvítlauksrifinu, lauknum og chili við hrísgrjónin og hrærið í 1 mínútu.

d) Hrærið blönduðu seyðiblöndunni og saffransoðinu saman við og látið suðuna koma upp. Setjið lok á pottinn, lækkið hitann eins lágt og hægt er á meðan vökvanum er haldið í meðallagi suðu og eldið hrísgrjónin í 15 mínútur.
e) Kláraðu hrísgrjónin. Takið pottinn af hellunni og leyfið hrísgrjónunum að gufa, þakið, í 10 mínútur. Takið lokið af og hrærið varlega í hrísgrjónunum með gaffli til að skilja kornin að. Hrærið steinseljunni út í, setjið lokið á og leyfið hrísgrjónunum að standa í 10 mínútur í viðbót áður en þær eru bornar fram.

35. Arroz Huerfano

8-10 skammtar

Hráefni

- Saffran hrísgrjón
- 1 matskeið staðgengill matarolíu
- 1/2 bolli bökunar möndlur
- 1/3 bolli furuhnetur
- 3 aura lágnatríum skinka, fínt hakkað

Leiðbeiningar

a) Steikið hneturnar. Á meðan saffran hrísgrjónin eru að elda skaltu hita pönnu yfir miðlungshita. Bætið matarolíu út í og þegar hún hefur bráðnað bætið við hnetunum.

b) Steikið hneturnar, hrærið stöðugt í, þar til möndlurnar byrja að verða gullnar. Takið pönnuna af hellunni, hrærið skinku út í og setjið til hliðar.

c) Kláraðu hrísgrjónin. Eftir að steinseljunni er bætt við saffran hrísgrjónin, hrærið soðnum hnetum og skinku saman við, hyljið pottinn og leyfið hrísgrjónunum að gufa í síðustu 10 mínúturnar.

36. Frijoles de Olla (pottabaun)

Um það bil 12 skammtar af hálfum bolla

Hráefni

- 4 lítrar af vatni
- 3 matskeiðar salt
- 1 pund pinto eða svartar baunir
- 3 hvítlauksgeirar, saxaðir
- 1/3 bolli saxaður hvítlaukur
- 1 tsk þurrkað oregano lauf
- 1 lítra vatn, auk aðeins meira, ef þörf krefur
- 2 greinar af epazóti (valfrjálst með svörtum baunum)
- Salt eftir smekk

Leiðbeiningar

a) Hitið og leggið baunirnar í bleyti. Setjið 4 lítra af vatni, salti og baunum í pott.
b) Látið suðuna koma upp, hyljið pottinn, takið hann af hitanum og leyfið baununum að standa í 1 klst.
c) Fleygðu bleytivatninu, skolaðu baunirnar vandlega, skolaðu pottinn úr og settu baunirnar aftur í hann.
d) Kláraðu baunirnar. Setjið hvítlauk, lauk, oregano og 1 bolla af vatni í blandara og maukið. Bætið 3 bollum af vatni í viðbót og blandið stuttlega saman.
e) Hellið blönduðum vökvanum í pottinn með baununum, látið suðuna koma upp og bætið epazótinu út í, ef það er notað. Látið baunirnar malla, þaktar nema um það bil 1/2 tommu, eða bara nóg til að leyfa smá gufu að sleppa, þar til þær eru mjúkar.

37. Charro eða drukknar baunir

Um 7 bollar eða 14 hálfbollar skammtar

Hráefni

- Frijoles de Olla
- 1/2 matskeið extra virgin ólífuolía
- 1-1/2 únsur (um 3 matskeiðar) mexíkóskur chorizo, afhýddur og smátt saxaður
- 3/4 bolli saxaður hvítlaukur
- 2 hvítlauksgeirar, smátt saxaðir
- 1 matskeið fínt saxað serrano chile
- 1 bolli niðursoðnir tómatar
- 1/2 matskeið þurrkað laufóregano
- 1/4 bolli lauslega pakkað kóríander

Leiðbeiningar

a) Steikið og bætið grænmetinu við. Þegar Frijoles de Olla er næstum tilbúið skaltu hita ólífuolíuna á pönnu yfir miðlungshita. Bætið kórízóinu út í og eldið þar til megnið af fitunni hefur losnað. Bætið lauknum, hvítlauknum og chili út í og haltu áfram að elda þar til þeir byrja að mýkjast.

b) Bætið tómötunum og óreganóinu út í og haltu áfram að elda þar til muldu tómatarnir byrja að þykkna og missa dálítið bragð, um það bil 5 mínútur.

c) Bætið kóríander út í og hellið síðan innihaldi pönnu í baunirnar.

d) Kláraðu baunirnar. Saltið og látið malla í 5 mínútur.

38. Frijoles Refritos (steiktar baunir)

4 hálf bolli skammtar

Hráefni

- 2 bollar Frijoles de Olla úr pinto eða svörtum baunum, eða léttsöltuðum eða ósöltuðum baunum, seyði frátekið
- 1 bolli af baunasoði
- 2 tsk hakkað chipotle chile
- 1/2 tsk malað kúmen
- 1/2 tsk þurrkað oregano lauf
- 2 matskeiðar extra virgin ólífuolía
- 2 hvítlauksrif, söxuð

Leiðbeiningar

a) Vinnið baunirnar. Setjið baunirnar í matvinnsluvél og bætið seyði, chipotle chile, kúmeni og oregano út í. Vinnið þar til baunirnar eru sléttar, bætið við meira seyði ef þær virðast of þykkar.
b) Eldið baunirnar. Hitið pönnu yfir meðalhita og bætið fitunni eða olíunni út í. Bætið hvítlauknum út í og leyfið honum að malla í örfáar sekúndur og bætið síðan maukuðu baununum út í. Eldið, hrærið stöðugt í, þar til baunirnar eru hitnar í gegn og eins þykkar eða þunnar og þú vilt.
c) Berið fram toppað með ostinum, ef vill.

39. Baunir að hætti Santa Maria

Um 14 skammtar af hálfum bolla

Hráefni

- 1 pund pinquito baunir, lagðar í bleyti
- 1 matskeið extra virgin ólífuolía
- 1/2 bolli natríumskinka, skorin í 1/4 tommu teninga
- 3 hvítlauksrif, söxuð
- 3/4 bolli niðursoðnir tómatar
- 1/4 bolli Chile sósa
- 1 msk agave nektar eða sykur
- 2 matskeiðar söxuð steinselja

Leiðbeiningar

a) Eldið baunirnar. Tæmdu baunirnar, settu þær í pott og hyldu þær með vatni um það bil 1 tommu. Látið suðuna koma upp, setjið lok á pottinn að hluta og látið malla þar til þær eru mjúkar, 45-90 mínútur. Athugaðu þær oft þar sem þú verður líklega að bæta við meira vatni af og til.

b) Undirbúið kryddsósuna.

c) Setjið ólífuolíuna á pönnu yfir meðalhita og bætið hvítlauknum út í og eldið í 1 mínútu. Hrærið tómötunum, Chile sósu, agave nektar og salti saman við og látið sósuna malla þar til hún er rétt að byrja að þykkna, 2-3 mínútur.

d) Kláraðu baunirnar. Þegar baunirnar eru orðnar mjúkar, hellið af öllu nema um 1/2 bolla af vökvanum og hrærið kryddsósunni saman við. Sjóðið baunirnar í 1 mínútu, hrærið steinseljunni saman við og berið fram.

RAJAS

40. Brenndur Rajas

Hráefni

- 2 matskeiðar extra virgin ólífuolía
- 1 meðalstór hvítur laukur, skorinn í 1/4 tommu sneiðar
- 2 miðlungs Poblano chiles, stofnaðir, fræhreinsaðir og skornir í 1/4 tommu sneiðar
- 3/4 tsk kosher salt
- Nýmalaður svartur pipar, eftir smekk
- Safi úr 1/2 lime, eða eftir smekk

Leiðbeiningar

a) Hitið 12 tommu pönnu yfir meðalháum til háum hita. Bætið ólífuolíu, lauk og chili út í og eldið, hrærið nánast stöðugt, þar til chilesið mýkist, byrjar að verða gullið og bleikið aðeins.

b) Bætið salti, pipar og limesafa út í, blandið vel saman og berið fram.

41. Karamellusett Rajas

Hráefni

- 2 matskeiðar extra virgin ólífuolía
- 2 meðalstórir hvítir laukar, skrældir, skornir í 1/4 tommu sneiðar, 3/4 tsk kosher salt
- 3 hvítlauksgeirar, þunnar sneiðar
- 2 miðlungs Poblano chiles, ristuð, afhýdd, fræhreinsuð og skorin í 1/4 tommu sneiðar.
- Nýmalaður svartur pipar, eftir smekk
- Safi úr 1/2 lime, eða eftir smekk

Leiðbeiningar

a) Hitið 12 tommu pönnu yfir miðlungshita. Bætið við ólífuolíu, lauk og salti, sem mun hjálpa laukunum að losa vökvann.

b) Eldið, hrærið oft, þar til laukurinn byrjar að taka á sig lit, lækkið síðan hitann í miðlungs lágan. Haltu áfram að elda laukinn hægt og rólega, hrærðu oft og stilltu hitastigið til að koma í veg fyrir að þeir brenni, þar til þeir eru djúpt gullbrúnir.

c) Bætið hvítlauknum og ristuðum Poblano chiles út í og eldið þar til hvítlaukurinn og chilesinn er mjúkur. Hrærið pipar og limesafa út í og berið fram.

42. Rajas papriku

Afrakstur: 6 skammtar

Hráefni

- $\frac{1}{2}$ hver græn paprika
- $\frac{1}{2}$ hver rauð paprika
- $\frac{1}{2}$ hver gul paprika
- $\frac{3}{4}$ bolli Monterey Jack ostur; Rífað
- 2 matskeiðar saxaðar þroskaðar ólífur
- $\frac{1}{4}$ teskeið rauð paprika; Möltuð

Leiðbeiningar

a) Skerið paprikulengjur þversum í tvennt.

b) Raðið í ósmurt broiler-fast pönnu, 9 X $1\frac{1}{4}$-tommu eða kringlótt pönnu 9 X 2-tommu. Stráið osti, ólífum og rauðum pipar yfir.

c) Stilltu ofnstýringu á steikingu. Steikið papriku með toppum 3 til 4 tommur frá hita þar til ostur er bráðinn, um það bil 3 mínútur.

43. Rjómalöguð rajas

Afrakstur: 1 skammtur

Hráefni

- ½ bolli Ólífuolía
- 2 meðalstórir laukar, helmingaðir og skornir í 1/4 tommu sneiðar, langsum
- 4 meðal rauðar paprikur, ristaðar, afhýddar, fræhreinsaðar og skornar í jöfnu
- 1 bolli þungur rjómi
- ¾ bolli flokkaður Manchego eða Monterey Jack ostur
- ⅔ bolli Rifinn Cotija, Romano eða Parmesan ostur

Leiðbeiningar

a) Hitið olíuna á miðlungshita í stórri pönnu. Steikið laukinn með salti og pipar þar til þeir byrja að visna og brúnast, 8 til 10 mínútur. Hrærið rauðri papriku og chiles út í.

b) Hellið þungum rjómanum út í, látið suðuna koma upp og lækkið niður í suðu. Eldið í 4 mínútur eða þar til kremið fer að þykkna. Hrærið rifna ostinum saman við og takið af hellunni. Berið fram strax.

44. Rajas og sveppir

Afrakstur: 1 skammtur

Hráefni

- 8 jalapeño chilis
- 8 bollar sveppir
- 1 Laukur
- 4 hvítlauksrif
- 1 grein Epazót
- Olía
- Salt

Leiðbeiningar

a) Þvoið sveppi vel. Skerið þær í sneiðar og steikið við vægan hita í um 10 mínútur til að draga úr safanum. Bætið salti við. Skerið laukinn í sneiðar. Saxið hvítlauksrifið og epazótið smátt.

b) Hola út chilis og sneiða (myndaðu rajas eða ræmur).

c) Tæmdu sveppina og steiktu þá í smá olíu ásamt lauknum, hvítlauknum, epazote og chili. Berið fram með heitum tortillum.

TACOS

45. Rajas con Crema Tacos

Hráefni

Fylling:

- 5 Poblano paprikur, ristaðar, skrældar, fræhreinsaðar, skornar í strimla
- 1/4 vatn
- 1 Laukur, hvítur, stór, þunnt sneið
- 2 hvítlauksrif, söxuð
- ½ bolli grænmetiskraftur eða seyði

Crema

- ½ bolli Möndlur, hráar
- 1 hvítlauksgeiri
- ¾ bolli af vatni
- ¼ bolli möndlumjólk, ósykrað eða jurtaolía
- 1 msk. Sítrónusafi ferskur

Leiðbeiningar

a) Hitið stóra pönnu að meðalhita, bætið við vatni. Bætið lauknum út í og látið sjóða í 2-3 mínútur eða þar til hann er mjúkur og hálfgagnsær.

b) Bætið við hvítlauk og ½ bolla af grænmetiskrafti, setjið lok á og látið gufa.

c) Bætið Poblano paprikunni út í og látið malla í 1 mínútu í viðbót. Kryddið með salti og pipar. Takið af hellunni og látið kólna aðeins.

d) Setjið möndlur, hvítlauk, vatn, möndlumjólk og sítrónusafa í blandarann og vinnið þar til það er slétt. Kryddið með salti og pipar.

e) Hellið möndlukreminu yfir kældu fyllinguna og blandið vel saman.

46. Sætar kartöflur og gulrótar Tinga Tacos

Heildartími - 30 mínútur

Hráefni

- 1/4 bolli af vatni
- 1 bolli þunnt sneiddur hvítlaukur
- 3 hvítlauksrif, söxuð
- 2 1/2 bollar af sætum kartöflum
- 1 bolli flokkuð gulrót
- 1 dós (14 oz.) Tómatar í hægeldunum
- 1 tsk. Mexíkóskt oregano (valfrjálst)
- 2 Chipotle paprikur í adobo
- 1/2 bolli grænmetiskraftur
- 1 avókadó, skorið í sneiðar
- 8 tortillur

Leiðbeiningar

a) Bætið vatni og lauk á stóra pönnu við meðalhita, eldið í 3-4 mínútur þar til laukurinn er hálfgagnsær og mjúkur. Bætið hvítlauknum út í og haltu áfram að elda, hrærið í, í 1 mínútu.
b) Bætið sætum kartöflum og gulrótum á pönnuna og eldið í 5 mínútur, hrærið oft.
c) Sósa:
d) Setjið hægeldaða tómata, grænmetiskraft, oregano og chipotle papriku í blandarann og vinnið þar til það er slétt.
e) Bætið chipotle-tómatsósu út á pönnuna og eldið í 10-12 mínútur, hrærið af og til, þar til sætar kartöflur og gulrætur eru soðnar í gegn. Ef þarf, bætið meira grænmetiskrafti á pönnuna.

f) Berið fram á volgum tortillum og toppið með avókadósneiðum.

47. Kartöflu og Chorizo Tacos

Skammtar: 4 skammtar

Hráefni

- 1 msk. Jurtaolía, valfrjálst
- 1 bolli laukur, hvítur, saxaður
- 3 bollar skrældar, sneiddar kartöflur
- 1 bolli Vegan chorizo, soðinn
- 12 tortillur
- 1 bolli Uppáhalds salsa þín

Leiðbeiningar

a) Hitið 1 msk. af olíu á stórri suðupönnu við meðalhita. Bætið lauknum út í og eldið þar til hann er mjúkur og hálfgagnsær, um það bil 10 mínútur .

b) Á meðan laukurinn er að eldast skaltu setja niðurskornar kartöflur í lítinn sósupott með söltu vatni. Látið vatnið sjóða við háan hita. Lækkið hitann í miðlungs og látið kartöflurnar sjóða í 5 mínútur.

c) Tæmið kartöflurnar og bætið þeim á pönnuna með lauknum. Snúðu hita upp í meðalháan. Eldið kartöflur og lauk í 5 mínútur eða þar til kartöflurnar byrja að brúnast. Bætið við meiri olíu ef þarf.

d) Bætið soðnum chorizo á pönnuna og blandið vel saman. Eldið í eina mínútu í viðbót.

e) Kryddið með salti og pipar.

f) Berið fram með volgum tortillum og salsa að eigin vali.

48. Sumar Calabacitas Tacos

Skammtar: 4 skammtar

Hráefni

- 1/2 bolli grænmetissoð
- 1 bolli laukur, hvítur, smátt skorinn
- 3 hvítlauksrif, söxuð
- $\frac{1}{4}$ bolli grænmetiskraftur eða vatn
- 2 kúrbít, stórir, skornir í teninga
- 2 bollar tómatar, sneiddir
- 10 tortillur
- 1 avókadó, skorið í sneiðar
- 1 bolli af uppáhalds salsa þínum

Leiðbeiningar

a) Í stórum potti með þungum botni, stillt á miðlungshita; Svitið laukinn í 1/4 bolla af grænmetiskrafti í 2 til 3 mínútur þar til laukurinn er hálfgagnsær.
b) Bætið hvítlauk út í og hellið $\frac{1}{4}$ bolla af grænmetissoði út í, setjið lok á og látið gufa.
c) Afhjúpaðu, bætið kúrbítnum út í og eldið í 3-4 mínútur, þar til það byrjar að mýkjast.
d) Bætið tómötum út í og eldið í 5 mínútur í viðbót, eða þar til allt grænmetið er meyrt.
e) Kryddið eftir smekk og berið fram á volgum tortillum með avókadósneiðum og salsa.

49. Kryddaður kúrbít og tacos úr svörtum baunum

Skammtar: 4 skammtar

Hráefni

- 1 msk. Jurtaolía, valfrjálst
- ½ hvítlaukur, þunnt skorinn
- 3 hvítlauksrif, söxuð
- 2 mexíkóskir kúrbítar, stórir, skornir í teninga
- 1 dós (14,5 oz.) Svartar baunir, tæmdar

Chile de Arbol sósa:

- 2 - 4 Chile de Arbol, þurrkað
- 1 bolli möndlur, hráar
- ½ laukur, hvítur, stór
- 3 hvítlauksrif, óafhýdd
- 1½ bolli grænmetiskraftur, heitur

Leiðbeiningar

a) Hitið jurtaolíu í miðlungshita á stórri pönnu. Bætið lauknum út í og látið sjóða í 2-3 mínútur eða þar til laukurinn er mjúkur og hálfgagnsær.
b) Bætið hvítlauksrifunum út í og eldið í 1 mínútu.
c) Bætið kúrbítnum út í og eldið þar til það er mjúkt, um 3-4 mínútur. Bætið svörtu baununum út í og blandið vel saman. Látið elda í 1 mínútu í viðbót. Kryddið með salti og pipar.
d) Til að búa til sósuna: Hitið pönnu, steypujárni eða steypujárni yfir meðalháan hita. Ristið chili á hvorri hlið þar til það er létt ristað, um 30 sekúndur á hvorri hlið. Takið af pönnunni og setjið til hliðar.
e) Bætið möndlunum á pönnuna og ristið þar til þær eru gullnar, um 2 mínútur. Takið af pönnunni og setjið til hliðar.

f) Ristið laukinn og hvítlaukinn þar til hann er aðeins kulnaður, um 4 mínútur á hvorri hlið.

g) Setjið möndlur, lauk, hvítlauk og chiles í blandarann. Bætið volgu grænmetiskraftinum út í. Vinnið þar til slétt. Kryddið með salti og pipar. Sósan á að vera þykk og rjómalöguð.

1.

50. nautakjöt tacos að hætti Buffalo

Gerir 4 skammta

Hráefni

- 1 pund nautahakk (95% magurt)
- 1/4 bolli cayenne piparsósa fyrir Buffalo vængi
- 8 taco skeljar
- 1 bolli þunnt sneið salat
- 1/4 bolli minni fitu eða venjuleg tilbúin gráðostadressing
- 1/2 bolli rifin gulrót
- 1/3 bolli saxað sellerí
- 2 matskeiðar saxaður ferskur kóríander
- Gulrótar- og sellerístangir eða kóríandergreinar (valfrjálst)

Leiðbeiningar

a) Hitið stóra nonstick pönnu yfir miðlungshita þar til hún er heit. bæta við nautahakk; Eldið 8 til 10 mínútur, brjótið í litla mola og hrærið af og til. Fjarlægðu af pönnu með skeið; hella dreypi af. Farðu aftur á pönnu; Hrærið piparsósu saman við. Eldið og hrærið í 1 mínútu eða þar til það er hitað í gegn.

b) Hitið taco-skeljar á meðan samkvæmt leiðbeiningum á pakka .

c)

d) Jafnvel skeið nautakjötsblöndu í taco skeljar. Bæta við salati; dreypið dressingu yfir. Toppið jafnt með gulrót, sellerí og kóríander. Skreytið með gulrótar- og sellerístöngum eða kóríandergreinum, ef vill.

51. Nautakjöt taco umbúðir

Gerir 4 skammta

Hráefni

- 3/4 pund þunnt sneið deli roastbeef
- 1/2 bolli fitulaus svart baunadýfa
- 4 stórar (um 10 tommu þvermál) hveiti tortillur
- 1 bolli þunnt sneið salat
- 3/4 bolli saxaður tómatur
- 1 bolli rifinn fituskertur taco kryddaður ostur
- Salsa

Leiðbeiningar

a) Dreifið svörtu baunadýfu jafnt yfir aðra hlið hverrar tortillu.

b) Leggðu sælgætissteikt nautakjöt yfir baunadýfu og skildu eftir 1/2 tommu brún um brúnir. Stráið jöfnu magni af salati, tómötum og osti yfir hverja tortillu.

c) Brjóttu hægri og vinstri hlið að miðju, skarast brúnir. Brjótið neðri brún tortillu upp yfir fyllinguna og rúllið lokað.

d) Skerið hverja rúllu í tvennt. Berið fram með salsa ef vill.

52. Grillað nautakjöt tacos að hætti Carnitas

Gerir 6 skammta

Hráefni

- 4 nautakjöt flatjárnsteikur (um 8 aura hver)
- 18 litlar maístortillur (6 til 7 tommu þvermál)
- **Álegg:**
- Hakkaður hvítlaukur, saxaður ferskur kóríander,

limebátar

- **Marinade:**
- 1 bolli tilbúið tómatsalsa
- 1/3 bolli hakkað ferskt kóríander
- 2 matskeiðar ferskur lime safi
- 2 tsk hakkaður hvítlaukur
- 1/2 tsk salt
- 1/4 tsk pipar

- 1-1/2 bollar tilbúið tómatsalsa
- 1 stórt avókadó, skorið í teninga
- 2/3 bolli hakkað ferskt kóríander
- 1/2 bolli hakkaður hvítlaukur
- 1 matskeið ferskur lime safi
- 1 tsk hakkaður hvítlaukur
- 1/2 tsk salt

Leiðbeiningar

a) hráefni í marineringuna saman í lítilli skál. Setjið nautasteikur og marinering í matarvænan plastpoka; snúið steikum í feld. Lokaðu pokanum vel og marineraðu í kæli í 15 mínútur til 2 klukkustundir.

b)

c) Fjarlægðu steikur úr marineringunni; fargaðu marineringunni. Settu steikur á rist yfir meðalstór, öskuhjúpuð kol. Grillið, þakið, 10 til 14 mínútur (við meðalhita á forhituðu gasgrilli, 12 til 16 mínútur) fyrir miðlungs sjaldgæfa (145°F) til miðlungs (160°F) tilgerðarleika, snúið öðru hverju.

d) Á meðan blandaðu avókadó salsa hráefni í miðlungs skál. Setja til hliðar.

e) Settu tortillur á rist. Grillið þar til það er orðið heitt og örlítið kulnað. Fjarlægja; halda hita.

f) Skerið steik í sneiðar. Berið fram í tortillum með avókadósalsa. Toppið með lauk, kóríander og limebátum, að vild.

53. Örlitlar taco nautakjötstertur

Gerir 30 pínulitlar tartlettur

Hráefni

- 12 aura nautahakk (95% magurt)
- 1/2 bolli saxaður laukur
- 1 hvítlauksgeiri, smátt saxaður
- 1/2 bolli tilbúin mild eða miðlungs taco sósa
- 1/2 tsk malað kúmen
- 1/4 tsk salt
- 1/8 tsk pipar
- 2 pakkar (2,1 únsur hvor) frosnar litlar phyllo-skeljar (30 skeljar alls)
- 1/2 bolli rifinn fituskertur mexíkósk ostablanda
- **Álegg:** Rift salat, sneiðar vínber eða kirsuberjatómatar, guacamole, fituskertur sýrður rjómi, sneiðar þroskaðar ólífur

Leiðbeiningar

a) Hitið ofninn í 350°F. Hitið stóra nonstick pönnu yfir miðlungshita þar til hún er heit. Bætið nautahakkinu, lauknum og hvítlauknum saman við í stórri nonstick pönnu við miðlungshita í 8 til 10 mínútur, skiptið nautakjöti í litla mola og hrærið af og til. Hellið dreypi af, ef þarf.

b) Bæta við taco sósu, kúmeni, salti og pipar; eldið og hrærið í 1 til 2 mínútur eða þar til blandan er hituð í gegn.

c)

d) Setjið phyllo-skeljar á bökunarplötu. Skeið nautakjötsblöndu jafnt í skeljar. Toppið jafnt með osti. Bakið í 9 til 10 mínútur eða þar til skeljarnar eru stökkar og osturinn bráðinn.

e) Top tartlets með salati, tómötum, guacamole, sýrðum rjóma og ólífum, eins og þú vilt.

54. Einn pottur cheesy taco pönnu

Gerir 30 pínulitlar tartlettur

Hráefni

- 1 pund magurt nautahakk
- 1 stór gulur laukur, skorinn í teninga
- 2 meðalstór kúrbít, í teningum
- 1 gul paprika, skorin í teninga
- 1 pakki taco krydd
- 1 dós niðurskornir tómatar með grænu chili
- 1 1/2 bollar rifinn cheddar eða Monterey Jack ostur
- Grænn laukur til skrauts
- Salat, hrísgrjón, hveiti eða maístortillur til

framreiðslu

Leiðbeiningar

a) Hitið stóra nonstick pönnu yfir miðlungshita þar til hún er heit. bæta við nautahakk, lauk,

b) kúrbít og gulur pipar; Eldið 8 til 10 mínútur, brjótið í litla mola og hrærið af og til. Hellið dreypi af ef þarf.

c) Bætið við tacokryddi, 3/4 bolli af vatni og sneiðum tómötum. Snúðu hita í lágan og látið malla í 7 til 10 mínútur.

d) Toppið með rifnum osti og grænum lauk. Ekki hræra.

e) Þegar ostur er bráðinn skaltu bera fram yfir salatbeði, hrísgrjónum eða í hveiti eða maístortillum!

55. Pilssteik street tacos

Gerir 6 tacos

Hráefni

- 1 pilssteik, skorin í 4 til 6 tommu hluta (1-1/2 til 2 pund), sneið yfir kornið í þunnar ræmur
- 12 sex tommu maístortillur
- 1/2 tsk salt
- 1/4 tsk cayenne pipar
- 1/2 tsk hvítlauksduft
- 1/2 tsk hakkaður hvítlaukur
- 1 tsk olía
- 1 bolli af skornum lauk
- 1/2 bolli kóríanderlauf, gróft saxað
- 2 bollar þunnt sneið rauðkál

Cilantro Lime Vinaigrette:

- 3/4 bolli kóríanderlauf
- Safi úr 2 lime
- 1/3 bolli ólífuolía
- 4 tsk hakkaður hvítlaukur
- 1/4 bolli hvítt edik
- 4 tsk sykur
- 1/4 bolli mjólk
- 1/2 bolli sýrður rjómi

Leiðbeiningar

a) Hitið olíu yfir meðalhita. Kryddið sneiðar steik með salti, cayenne pipar og hvítlauksdufti. Bætið steikinni á pönnuna og steikið þar til hún er elduð (8 til 10 mínútur). Bætið hvítlauk út í og steikið 1 til 2 mínútur lengur, þar til hvítlaukurinn er ilmandi. Takið af hitanum og skerið steik í teninga.

b) Þeytið saman allt hráefni fyrir vínaigrettuna. Bætið blöndunni í blandara og hrærið þar til hún er slétt, um það bil 1 til 2 mínútur.

c) Fylltu heitar maístortillur (notaðu tvær í hvert taco) með steik, lauk, söxuðu kóríander og káli. Dreypið vinaigrette yfir og berið fram.

SÚPUR OG SALÖT

56. Sopa Tarasca

4 skammtar

Hráefni

Fyrir tortilla ræmurnar

- 2 tortillur, sneiðar í ræmur um það bil 2 tommur langar og 1/8 tommu breiðar
- olíu til að steikja tortilla strimlana

Fyrir súpuna

- 1 matskeið olía
- 2/3 bolli saxaður hvítlaukur
- 2 hvítlauksgeirar, grófsaxaðir
- 2-1/4 bollar ósaltaðir saxaðir tómatar með safa
- 1 matskeið hreint ancho chile duft
- Um það bil 5 bollar natríumsnautt kjúklingasoð
- 2 lárviðarlauf
- 1/2 tsk heilt þurrkað timjan
- 1/4 tsk marjoram
- 1/4 tsk þurrkað oregano lauf
- 1 tsk salt, eða eftir smekk
- 1 bolli rifinn queso fresco eða ferskur mozzarella í staðinn
- 2 ancho chiles, stilkar og fræ fjarlægð, skorin í tvennt og látið malla í vatni í 15 mínútur
- 1/4 bolli sýrður rjómi
- 1 grænn laukur, hakkaður (aðeins græni hluti)

Leiðbeiningar

a) Steikið tortilla ræmurnar. Hitið um 2 tommur af olíu í meðalstórum potti í um 350°F. Steikið tortilla ræmurnar þar til þær eru stökkar. Tæmið á pappírsþurrku og geymið.

b) Búðu til súpuna. Hitið pönnu yfir meðalhita, bætið olíunni út í og steikið laukinn og hvítlaukinn þar til laukurinn er mjúkur en ekki brúnn, 4-5 mínútur. Settu þau í blandara; Bætið tómötunum saman við safann þeirra og chile duftið og maukið.

c) Bætið við bolla eða 2 af seyði (hvað sem blandarinn þinn rúmar), pulsið til að blanda saman og hellið síðan blöndunni í pott.

d) Bætið afgangssoðinu, lárviðarlaufinu, timjani, marjoram, oregano og salti í pottinn. Látið suðuna koma upp og látið malla í 15 mínútur.

e) Berið súpuna fram. Setjið 1/4 bolla af ostinum og 1/2 mjúkan ancho chile í hverja af fjórum skálum. Hellið súpunni yfir ostinn og toppið með sýrðum rjóma, tortillustrimlum og grænum lauk.

57. Svart bauna súpa

Hráefni

- 1/2 matskeið extra virgin ólífuolía
- 1/2 bolli saxaður hvítlaukur
- 3 hvítlauksgeirar, grófsaxaðir
- 1 mjög lítið ancho chile, fræhreinsað og rifið í litla bita, eða 1/2 stærra chile
- 1 tsk hakkað chipotle chile
- 1 (15 aura) dós ósaltaðar svartar baunir, þar með talið fljótandi 1/2 tsk salt
- 3 bollar natríumsnautt kjúklingasoð
- 1/4 tsk malað kúmen
- 1/2 matskeið saxað kóríander
- 1 grein epazote (má sleppa)
- 1/2 tsk reykt sæt spænsk paprika 1/2 tsk salt, ef notaðar eru ósaltaðar baunir 1/4 tsk fínmalaður svartur pipar 1 tsk nýkreistur limesafi
- 1 matskeið þurrt sherry

Leiðbeiningar

a) Búðu til súpuna. Hitið ólífuolíuna í meðalstórum potti við meðalhita þar til hún ljómar. Bætið lauknum út í og eldið þar til hann er aðeins mjúkur en ekki brúnaður.

b) Bætið hvítlauknum út í og steikið í eina mínútu, bætið síðan við bæði chili og haltu áfram að elda, hrærið oft, 1-1/2-2 mínútur.

c) Bætið restinni af hráefninu nema limesafanum og sherríinu út í, látið suðuna koma upp, að hluta til, og látið malla í 10 mínútur.

d) Leyfið blöndunni að kólna. Fjarlægðu og fargaðu epazótinu ef þú notar það. Hellið hráefnunum í blandara og blandið í 2 mínútur, eða þar til maukað, í 2 lotum ef þarf.
e) Setjið súpuna aftur í pottinn, látið suðuna koma upp, hrærið limesafa og sherry út í og berið fram.

58. Súpa að hætti Tlapans

6 skammtar

Hráefni

- 2 tómatar, soðnir
- 6 bollar natríumsnautt kjúklingasoð
- 1/2 pund beinlausar, roðlausar kjúklingabringur 1 msk extra virgin ólífuolía 1 bolli fínt saxaður hvítlaukur
- 2 hvítlauksrif, söxuð
- 3/4 bolli skrældar og fínt skornar gulrætur
- 1-1/2 bollar garbanzo baunir, tæmdar og skolaðar
- 1 bolli fínt saxaður kúrbít
- 1/2 bolli frosnar grænar baunir, þiðnar
- 1 þurrkaður chipotle chile, eða einn chipotle auk 1 tsk adobo sósu
- 1 tsk nýkreistur lime safi 1/4 tsk fínmalaður svartur pipar 1/4 tsk salt, eða eftir smekk
- 1 meðalþroskað avókadó, skorið í 1/2 tommu bita 1/4 bolli rifinn cotija ostur (valfrjálst) Lime bátar

Leiðbeiningar

a) Undirbúið tómatana. Maukið tómatana í blandara eða matvinnsluvél og sigtið í gegnum fínt blað á matkvörn eða þrýstið þeim í gegnum sigti. Áskilið.
b) Eldið og rífið kjúklinginn. Setjið soðið og kjúklingabringurnar í stóran pott, látið sjóða og eldið aðeins þar til kjúklingurinn er eldaður í gegn, um það bil 10 mínútur. Fjarlægðu kjúklinginn og geymdu soðið.
c) Þegar kjúklingurinn hefur kólnað nógu mikið til að hægt sé að höndla hann, rífið hann í sundur og skiptið á fjórar súpuskálar.

d) Búðu til súpuna. Hitið stóran pott yfir meðalhita. Bætið ólífuolíu og lauk út í og steikið þar til laukurinn er rétt að byrja að brúnast, um það bil 5 mínútur. Bætið hvítlauknum út í og eldið í 1 mínútu í viðbót. Bætið afsoðinu og restinni af hráefninu nema avókadóinu og ostinum saman við og látið malla í 8-10 mínútur.

e) Kláraðu og berðu súpuna fram. Fjarlægðu chili og helltu súpunni yfir eldaða kjúklinginn. Bætið jöfnum skömmtum af avókadóinu í hverja skál og toppið með smá af ostinum ef vill. Berið fram með limebátum til hliðar.

59. Puebla súpa

4 hálf bolli skammtar

Hráefni

- 2-1/2 matskeiðar matarolía
- 4 aura skrældar og saxaðar kartöflur
- 3-1/4 bollar natríumsnautt kjúklingasoð
- 1 bolli saxaður hvítlaukur
- 2 bollar afhýddur og saxaður kúrbít
- 3/4 bolli ristaður, afhýddur, fræhreinsaður og hakkaður Poblano chile
- 1/4 hrúguð teskeið þurrkað timjan
- 1/4 hrúga teskeið salt
- 3/4 bolli 2% mjólk
- 2 aura skammtur undanrennu

Leiðbeiningar

a) Eldið kartöflurnar og búið til soðið. Hitið pott yfir meðalhita. Bræðið 1/2 matskeið af matarolíu og bætið kartöflunum út í.
b) Steikið kartöflurnar þar til þær byrja að mýkjast, en leyfið þeim ekki að brúnast, 4-5 mínútur. Bætið 1-1/4 bolla af seyði í pottinn, setjið lok á og látið malla í 5 mínútur.
c) Hellið soðinu og kartöflunum í blandara, blandið í um 2 mínútur. Bætið seyði sem eftir er út í og pulsið til að blanda saman.

d) Eldið grænmetið. Bræðið afganginn af matarolíu yfir miðlungs hita í sama potti og þú eldaðir kartöflurnar í. Hrærið lauknum og kúrbítnum saman við og eldið þar til laukurinn er mjúkur en ekki brúnn, um það bil 5 mínútur.

e) Búðu til súpuna. Bætið restinni af chili, timjani, salti og blönduðum kartöflum og seyði við grænmetið og látið malla í 5 mínútur. Hrærið mjólkinni út í og látið malla í 5 mínútur í viðbót.

60. Kartöflusalat

4 skammtar

Hráefni

Fyrir dressinguna

- 1/8 tsk salt
- 1/4 tsk pipar
- 2 matskeiðar extra virgin ólífuolía
- 1 msk fínt saxaður graslaukur
- 1 matskeið smátt söxuð steinselja
- 1 matskeið smátt saxað kóríander

Fyrir salatið

- 1-1/4 bollar skrældar gulrætur í teningum, 1/2 tommu stykki
- 2-1/2 bollar skrældar og sneiðar kartöflur, 1/2 tommu bitar
- 2 aura chorizo, húð fjarlægð, smátt saxuð
- 1 Serrano chile, fræ og æðar fjarlægð, hakkað
- 1 meðalstórt til stórt avókadó, skorið í 1/2 tommu bita (valfrjálst)

Leiðbeiningar

a) Gerðu dressinguna. Í skál, þeytið saman salt og pipar. Bætið ólífuolíunni saman við í hægum straumi, þeytið stöðugt til að búa til fleyti, bætið síðan graslauknum, steinseljunni og kóríander út í og blandið vel saman.

b) Eldið kartöflurnar og gulræturnar. Látið suðu koma upp í 6 bolla af vatni. Bætið salti og gulrótum út í og látið malla þar til gulræturnar eru orðnar mjög mjúkar en ekki mjúkar. Fjarlægðu soðnu gulræturnar með sigti og skolaðu undir köldu rennandi vatni til að stöðva eldunina.

c) Eldið kartöflurnar í sama vatninu þar til þær eru mjög mjúkar en ekki mjúkar og látið renna af í sigti. Skolið undir rennandi köldu vatni til að stöðva eldunina.

d) Eldið chorizo. Hitið nonstick pönnu yfir meðalhita og bætið kórízóinu út í. Um leið og það byrjar að malla, bætið við Serrano og haltu áfram að elda, hrærið og brjótið chorizoinn upp með plast- eða tréskeið þar til hann er gullinn og byrjaður að verða stökkur.
e) Kláraðu salatið. Þegar chorizóið er tilbúið skaltu taka pönnuna af hitanum. Látið það kólna í 1 mínútu, hrærið síðan í fráteknum gulrótum og kartöflum.
f) Skafið allt í meðalstóra skál, bætið dressingunni og avókadóinu út í, ef það er notað, og blandið varlega en vandlega saman.

61. Tequila-framleiðandi salat

4 skammtar

Hráefni

Fyrir dressinguna

- 2 matskeiðar sangrita
- 1 matskeið auk 2 teskeiðar nýkreistur lime safi
- 1/4 bolli extra virgin ólífuolía
- Salt eftir smekk
- 3/4 tsk nýmalaður svartur pipar, eða eftir smekk

Fyrir salatið

- 1 bolli nopalitos, saltaður eða soðinn þar til hann er meyr
- 2 bollar garbanzo baunir, skolaðar og tæmdar
- 2 bollar ferskt spínat, pakkað
- 1 stór tómatur, skorinn í hæfilega stóra bita
- 1 stórt avókadó eða 2 smátt, saxað
- 2 grænir laukar, smátt saxaðir
- 1/4 bolli hakkað kóríander
- 4 aura queso fresco

Leiðbeiningar

a) Gerðu dressinguna. Í lítilli til meðalstórri skál, þeytið saman sangrita og lime safa.
b) Haltu áfram að þeyta kröftuglega um leið og þú bætir ólífuolíunni við í hægum straumi þar til dressingin fleytir út. Hrærið salti og pipar saman við.
c) Gerðu salatið. Blandið öllu salathráefninu saman í stóra skál. Bætið dressingunni út í og blandið vel saman.

62. Ensalada de col

Hráefni

Fyrir dressinguna

- 2 matskeiðar plús
- 2 tsk salt
- 1/2 tsk fínmalaður svartur pipar 1/3 bolli olía

Fyrir skálina

- 12 aura mjög fínt sneið eða rifið grænt hvítkál
- 6 aura mjög fínt sneið eða rifið fjólublátt hvítkál
- 4 aura skrældar rifnar gulrætur

Leiðbeiningar

a) Gerðu dressinguna. Hrærið saman salti og pipar, þeytið síðan olíunni út í í hægum straumi.

b) Gerðu skálina. Blandið hráefnunum saman í stóra skál og blandið saman við dressinguna. Látið skálina vera við stofuhita í 3 til 4 klukkustundir, hrærið í því á um það bil hálftíma fresti. Í lok þess tíma mun kálið hafa mýkst og bragðið blandað saman.

c) Hellið slawinu í stóra sigti til að tæma umfram vökva (og salt) og geymið í kæli þar til það er tilbúið til framreiðslu, hellið umfram vökva af og til.

d) Salatið geymist í kæli í um það bil viku.

Tostadas

63. Basic tostadas

4 skammtar, 2 tostadas hver

Hráefni

- 8 tortilla tostada skeljar
- 1/2 bolli frystar baunir
- 3/4 bolli Chorizo, kartöflur og gulrótarfylling
- 1 bolli rifið salat
- 3/4 bolli saxaðir tómatar
- 2 matskeiðar rifinn geitaostur
- Salsa

Leiðbeiningar

a) Settu 2 tostada-skeljar á hvern af fjórum diskum og dreifðu um 2 matskeiðum af baununum á hvern og einn.
b) Setjið jafnt magn af Chorizo-, kartöflu- og gulrótarfyllingunni yfir, salatið, tómatana og ostinn og berið fram með salsasinu.

64. Kartöflu Gorditas

Um 16 Gorditas

Hráefni

- 14 aura tilbúin masa fyrir tortillur, eða 1-1/2 bollar Maseca og 1 bolli auk 1 matskeið af vatni
- 9 aura skrældar rússetar kartöflur (vegnar eftir skrælingu), skornar í 1-1/2 tommu bita
- 2 tsk matarolía, auk matreiðsluúða til að steikja Gorditas
- 1/2 tsk salt
- Pico de Gallo, eða uppáhalds salsan þín
- 1/2 bolli guacamole

Leiðbeiningar

a) Undirbúið masa. Ef þú ert að nota Maseca fyrir tortillur skaltu setja 1-1/2 bolla í meðalstóra skál og hræra 1 bolla auk 1 matskeið af vatni með tréskeið. Hnoðið deigið í um það bil 2 mínútur, eða þar til það er nokkuð slétt, leyfið því síðan að hvíla í 30 mínútur, þakið plastfilmu, svo það nái að vökva að fullu.

b) Deigið ætti að vega um 14 aura.

c) Eldið kartöflurnar og kláríð deigið. Setjið kartöflurnar í pott, hyljið þær með nokkrum tommum af vatni og látið malla þar til auðvelt er að stinga þær í þær með skurðhníf.

d) Tæmið kartöflurnar og setjið þær í gegnum kartöflustöngul eða stappið þær vel. Hrærið matarolíu og salti saman við. Til að klára deigið skaltu sameina 14 aura af tortilla masa og kartöflumúsinni.

e) Myndaðu Gorditas. Skelltu 1-1/2 eyri stykki af deiginu í hringi. Þeir ættu að vera á milli 1/8- og 1/4 tommu þykkir. Hitið nonstick pönnu yfir miðlungshita (um 350°-375°F ef þú ert með laserhitamæli).

f) Bætið aðeins nógu miklu matreiðsluúða við til að filma yfirborðið og eldið deigið þar til það byrjar að verða gullbrúnt á botninum, um það bil 4 mínútur. Snúðu gorditanum og eldaðu 4 mínútur í viðbót á hinni hliðinni.

g) Toppaðu þá með smá Pico de Gallo, Guacamole eða bara hvað sem þú vilt og berið fram.

65. Nautakjöt toppað tostadas

Afrakstur: 4 skammtar

Hráefni

- Berið fram tostadas opna með sýrðum rjóma eða salsa.
- 4 stórar hveiti tortillur
- 1 pund magurt nautahakk
- 1 hver Laukur, saxaður
- 1 hver jalapeno pipar, fræhreinsuð og skorin í teninga
- 1 hver hvítlauksgeiri, saxaður
- 1 matskeið chiliduft
- 1 tsk malað kúmen
- $\frac{1}{4}$ tsk Salt
- klípa pipar
- 1 stór tómatur, fræhreinsaður og saxaður
- 1 bolli hver: rifið salat

Leiðbeiningar

a) Peirce tortillur á nokkrum stöðum; Örbylgjuofn hver á grind við háan hita í 1-$\frac{1}{2}$ til 2 mínútur eða þar til varla stökkt, snúið og snúið einu sinni.

b) Setjið á örbylgjuofna plötur. Í 8 bolla skál, mulið nautakjöt, bætið lauk, jalapenó og hvítlauk út í. Hitið í örbylgjuofn, hrærið oft í, í 3-5 mínútur eða þar til kjötið er ekki lengur bleikt. Hrærið chilidufti, kúmeni, salti og pipar saman við. Bætið tómötum við, hitið í örbylgjuofn í 1-2 mínútur, eða þar til það er heitt. Notaðu skál til að skipta í tortillur, strá yfir salati og síðan osti.

c) Örbylgjuofn hver við háan hita í 30-60 sekúndur eða þar til osturinn bráðnar.

66. Chipotle kjúklingur tostada

Afrakstur: 4 skammtar

Hráefni

- 2 heilar kjúklingabringur, bein- og roðlausar
- x Salt og pipar
- 1½ bolli Rosarita ristuð salsa, med.
- ¼ bolli appelsínusafi
- 1 matskeið niðursoðinn chipotle chiles, maukaður
- 2 dósir (16 oz. ea.) Rosarita No Fat, hefðbundnar frystar baunir
- 4 stórar rifnar tostado-skeljar, hitaðar
- 2 bollar af rifnu salati
- 1 bolli rifinn lágfitu Cheddar ostur
- 1 bolli af hægelduðum tómötum
- ½ bolli fituskertur sýrður rjómi (valkostur)
- ¼ bolli sneiðar þroskaðar svartar ólífur
- ¼ bolli sneiddur grænn laukur

Leiðbeiningar

a) Setjið kjúklinginn í grunnt glerofnform. Stráið salti og pipar yfir eftir smekk. Bakið við 350 gráður F í 20 til 25 mínútur, eða þar til kjúklingurinn er léttbrúnn og mjúkur. Skerið í strimla eða rifið með gaffli. Í lítilli blöndunarskál, blandaðu saman kjúklingi, 1 bolli Rosarita salsa, appelsínusafa og chipotle chiles; blandið vel saman. Setja til hliðar.

b) Sameina Rosarita frystar baunir og afganginn af Rosarita salsa í potti. Hitið við meðalhita í 5-7 mínútur, hrærið oft. Settu 1 matskeið af heitri baunablöndu í miðjuna á hverjum 4 diska.

c) Settu forhitaðar tostada-skeljar á ögn af heitri baunablöndu til að koma í veg fyrir hreyfingu.
d) Skiptið innihaldsefnum jafnt á milli tostada skeljar og leggið í eftirfarandi röð: baunablöndu, kjúklingasalsablöndu, salat, cheddar, tómata, sýrðan rjóma, ólífur og grænan lauk.

67. Kókosmjólkurís tostada sundae

Afrakstur: 6 skammtar

Hráefni

- 1 bolli Kókoshnetur
- 6 eftirrétt Tostada bollar
- Ananas-Anisette sósa

Leiðbeiningar

a) Setjið kókoshnetuna í ósmurða pönnu og hrærið við meðalhita þar til hún er doppuð með gullbrúnum blettum, um það bil 2 mínútur.

b) Til að setja saman skaltu setja 2 eða 3 skeiðar af kókosmjólkurís í miðju hvers tostada bolla.

c) Toppið með ananas-anisette sósu og ristuðum kókosstrimlum. Borðaðu strax.

68. Rækju tostadas með guacamole

Afrakstur: 4 skammtar

Hráefni

Guacamole

- 2 stór avókadó
- 2 tsk ferskur lime safi
- $\frac{1}{2}$ tsk Salt
- 2 grænir laukar
- 1 lítill afhýddur tómatur; fjórðungur
- 1 hvítlauksgeiri
- 1 lítill Hot chili pipar fræhreinsaður

Rækjur og tostadas

- Olía til steikingar
- 8 tortillur
- 32 miðlungs rækjur
- 1 dós 16 oz. steiktar baunir
- 2 matskeiðar Olía
- Ferskt salsa
- Litlar skálar af söxuðu salati, lauk,
- Queso fresco
- Steinselja.

Leiðbeiningar

a) Guacamole: Skerið avókadó í tvennt og fjarlægið holur, ausið avókadókjötið úr skelinni og setjið í matvinnsluvél, bætið límónusafa út í, vinnið þar til maukað.

b) Bætið salti, lauk, tómötum, hvítlauk og litlum heitum pipar við blönduna og vinnið aftur þar til það er fínt maukað. Flyttu yfir í litla skál til að koma því á borðið.

c) Steikið tortillur: Hitið 1" af olíu á grunnri 8"-9" pönnu. Rennið tortillunum einni af annarri í olíu og steikið á hvorri hlið þar til þær eru gylltar. Fjarlægið strax, hellið af á pappírshandklæði.

d) Grillið rækjur, undirbúið baunir:

e) Þræðið rækjur á 8 10" teini og grillið yfir kolum. Á meðan rækjur eru eldaðar, flytjið steiktar baunir úr dós í pott

f) Bætið 2 msk olíu við, hrærið vel og hitið við lágan hita. Þegar rækjur eru soðnar skaltu fjarlægja teininn, setja í lítið fat og koma með það á borðið.

g) Gestir ættu að búa til sína eigin tostadas. Dreifið refried baunum ofan á steiktan tostada. Raðið rækjum yfir þetta og setjið smá salsa og guacamole yfir rækjuna. Bætið síðan smá salati, lauk og osti yfir. Toppið með steinselju eða kóríander.

EFTIRLITUR

69. Flan de queso

Afrakstur: 4 skammtar

Hráefni

- 4 Stór egg
- 1 dós (14 Oz) Þétt mjólk; Sætað
- 1 dós (12 Oz.) Uppgufuð mjólk
- 6 aura Rjómaostur
- 1 teskeið Vanilludropar

Leiðbeiningar

a) Blandið eggjum, mjólk og vanillu saman við.
b) Mýkið rjómaostinn og blandið honum saman við hitt hráefnið.
c) Gætið þess að blanda ekki rjómaostinum of mikið, því það veldur loftpúða í múffunni.
d) Útbúið karamellu með því að sjóða ½ bolla af sykri við vægan loga þar til sykurinn er fljótandi. Notaðu málmílát til að gera þetta.
e) Snúðu aðeins nógu mikilli karamellu í pönnuna/ramekin til að hylja botninn.
f) Þegar sykurinn er orðinn harður skaltu hella deiginu sem þú útbjó í skrefum 1 og 2 í pönnuna/ramekin.
g) Setjið pönnu/ramekin í bain-marie. Pönnu/ramekin sem innihaldsefnin eru í ætti að vera ¾ á kafi í vatni.
h) Bakið við 325 gráður Fahrenheit í um það bil ½ klukkustund. Flanið er tilbúið þegar hnífur/tannstöngull sem stungið er í hann kemur hreinn út.
i)

70. Mexíkóskt kjötbrauð

Afrakstur: 1 skammtur

Hráefni

- 1 pund Hakkað kjöt
- 1 Egg
- 1 lítið Saxaður laukur
- Hvítlaukssalt
- Steinselja
- $\frac{1}{2}$ bolli brauðmylsna
- $\frac{1}{2}$ bolli Mjólk
- 1 matskeið Sinnep
- 2 Nautakjötsbollu teningur
- 1 matskeið Worcestershire sósu
- 5 Gulrætur en langsum
- 1 dós tómatsafa
- 2 miðlar Kartöflur

Leiðbeiningar

a) Blandið saman kjöti, eggi, lauk, hvítlaukssalti, steinselju, brauðmylsnu, mjólk og sinnepi og pakkið vel saman.

b) Veltið upp úr krydduðu hveiti með papriku, salti og pipar. Brúnið á rafmagnspönnu, brúnið á öllum hliðum. Bætið við skál, Worcestershire sósu, gulrótum, tómatsafa og kartöflum.

c) Eldið kjötið þakið öllu saman í um 1 klukkustund og 15 mínútur, eða þar til það er vel tilbúið.

71. Vatnsmelóna paleta skot

Undirbúningstími 15 mínútur

Hráefni

- 4 bollar Vatnsmelóna í hægeldunum, frælaus
- ½ bolli tequila (Corralejo reposado)
- 3 msk. Lime safi, ferskur
- ½ bolli sykur eða sætuefni að eigin vali
- 10 tsk. Tajin chile duft

Leiðbeiningar

a) Setjið vatnsmelóna, tequila, lime safa og sykur í blandarann og vinnið þar til slétt.

b) Setjið 1 tsk. af chili dufti neðst á hverju íspípumóti.

c) Hellið vatnsmelónublöndunni í form, smellið á lokin, setjið ísspinnar og frystið yfir nótt.

72. Carlota de Limon

Skammtar: 8 skammtar

Hráefni

- 1 pakki (16 oz.). Silki tófú (mjúkt)
- 1/3 bolli möndlumjólk, ósykrað
- 1 bolli sykur, eða uppáhalds sætuefnið þitt
- 1/3 bolli lime safi, ferskur
- 2 pakkar (ermar) Vegan Maria smákökur

Leiðbeiningar

a) Setjið tofu, sykur og möndlumjólk í blandarann. Snúðu blandarann á lága stillingu og bættu limesafa út í smám saman þar til blandan þykknar og hjúpar bakhlið skeiðar.

b) Klæddu botninn á 8×8 glerformi með bökunarpappír, bætið einni af lime-rjóma við og hyljið það með smákökum og hellið smá af lime-rjómablöndunni ofan á; nóg til að hylja þær en ekki drekkja þeim.

c) Endurtaktu þetta ferli með því að bæta við öðru lagi af smákökum og hylja það síðan með lime-kreminu, endurtakið þar til öll lime-rjómablandan og smákökurnar hafa verið uppurnar.

d) EKKI ÝTA NIÐUR Á KÖKNIN. Þú vilt gott lag af lime krem á milli smákökurnar og þrýsta þeim niður með því að ýta lime kremið til hliðanna.

e) Setjið kökuna í kæliskáp í að minnsta kosti 4 klukkustundir eða þar til hún hefur stífnað.

f) Hvolfið bökunarforminu á disk. Afhýðið pergamentið varlega.

73. Mangó og chamoy slushie

Skammtar: 2 skammtar

Hráefni

Chamoy
- 1 bolli þurrkaðar apríkósur
- 2 bollar af vatni
- 2-3 msk. Chile ancho duft
- 2 msk. Lime safi, ferskur

Slushie
- 1 bolli + 2 msk. Mangó, skorið í teninga
- 1 bolli ís
- 6 msk. Chamoy
- 1 lime, safi af
- Chile duft eftir smekk (tajín)

Leiðbeiningar

a) Til að búa til chamoy, setjið þurrkaðar apríkósur og vatn í pott og látið suðuna koma upp. Lækkið hitann og látið malla í 30 mínútur. Setja til hliðar.

b) Geymið $\frac{3}{4}$ af bolla af apríkósu eldunarvökvanum.

c) Taktu soðnar apríkósur, frátekinn eldunarvökva, chile ancho duft, lime safa og blandaðu þar til slétt. Bætið við meira eða minna vatni til að fá þynnri eða þykkari samkvæmni. (Ég skildi mína eftir aðeins á þykku hliðinni.) Látið kólna.

d) Til að gera slushy, setjið $\frac{1}{2}$ bolla af mangó neðst á blandaraílátinu, bætið við lagi af ís, haltu áfram að skipta um lögin á þennan hátt við restina af ísnum þínum og 1 bolla af mangó.

e) Hrærið á meðalhraða þar til þú ert eftir með slaufa samkvæmni. Ísstykkin, þótt lítil séu, ættu samt að sjást.
f) Til að setja saman skaltu taka í glös og hella í msk. af chamoy neðst á hverjum og einum. Bætið við lag af mangó slushy, fylgt eftir með annarri msk. af chamoy. Endurtaktu einu sinni enn.
g) Stráið 1 msk. af hægelduðum mangó ofan á hvern tilbúinn slushy. Kreistu hálfan lime í hvert glas og toppaðu með eins miklu chilidufti og þú vilt. Berið fram með skeið og strái.
1.

74. Mousse de súkkulaði

Um það bil 10 fjórðu bolla skammtar

Hráefni

- 1 pund silki eða mjúkt tófú
- 1 tsk vanilluþykkni
- 1 matskeið af hunangi
- 3/4 tsk hreint ancho chile duft 1/8 tsk salt
- 1/4 hrúguð teskeið kanill
- 5-1/4 aura dökkt súkkulaði skorið í mjög litla bita
- 3 matskeiðar Kahlua, Grand Marnier, Cointreau staðgengill eða triple sec, eða appelsínusafi

Leiðbeiningar

a) Setjið tofu, vanillu, hunang, chile duft, salt og kanil í skál matvinnsluvélar með stálblaðinu.
b) Settu ryðfría stálskál yfir lítinn til meðalstóran pott með sjóðandi vatni. Bætið súkkulaðinu og líkjörnum eða appelsínusafanum út í pottinn og hrærið oft með tréskeið þar til súkkulaðið hefur bráðnað alveg, 1-2 mínútur.
c) Bætið súkkulaðiblöndunni í matvinnsluvélina og vinnið með hinu hráefninu í 1 mínútu, stoppið eftir þörfum til að skafa niður hliðarnar á skálinni. Hellið blöndunni í stóra skál eða í aðskilda litla diska.
d) Hyljið með plastfilmu og kælið í nokkrar klukkustundir.

75. Bananar og mandarín með vanillusósu

4 fjórðu bolla skammtar

Hráefni

Fyrir vanilsósuna

- 1/4 tsk kanill
- 2 bollar sojamjólk með vanillubragði
- 1 matskeið matarolía
- 2 matskeiðar agave nektar
- 1/2 tsk vanilluþykkni
- 1/4 tsk salt

Að klára

- 3 bollar af skornum banana
- 1 bolli mandarínur appelsínur

Leiðbeiningar

a) Búið til rjómablönduna. Setjið kanilinn í lítinn pott og hrærið sojamjólkinni út í matskeið eða 2 í einu þar til það hefur blandast vel saman.

b) Hrærið restinni af mjólkinni saman við í þunnum straumi og bætið matarolíu út í. Látið suðuna koma upp og látið malla þar til það þykknar að þykkt létt krem, um það bil 10 mínútur.

c) Kláraðu eftirréttinn. Leyfið sósunni að sjóða aðeins og hellið henni yfir niðurskorna ávextina.

76. Sorbete de Jamaica

5 hálf bolli skammtar

Hráefni

- 2-1/2 bollar þurrkuð Jamaica lauf (fáanlegt í rómönskum matvöruverslunum)
- 1 lítri af vatni
- 1/2 únsa ferskt engifer, smátt saxað 1 bolli sykur
- 1 matskeið nýkreistur lime safi
- 2 matskeiðar af limoncello

Leiðbeiningar

a) Búðu til teið. Setjið Jamaica laufin í pott eða skál, hitið vatnið að suðu og hellið því yfir blöðin. Lokið og látið malla í 15 mínútur. Sigtið teið og fargið Jamaíka.
b) Gerðu sorbetbotninn. Setjið engiferið í blandara, bætið 1 bolla af teinu út í og blandið þar til það er alveg maukað, 1-2 mínútur. Bætið við öðrum 1-1/2 bolla af tei og blandið aftur.
c) Hellið sorbetbotninum í pott, bætið sykrinum út í og látið suðuna koma upp, hrærið svo sykurinn leysist upp. Takið pottinn af hellunni um leið og sorbetbotninn kemur að suðu. Hrærið limesafanum út í og kælið. Kælið botninn þar til hann nær 60°F.
d) Frystið sorbetið. Bætið limoncello við kælda botninn og hellið því í ísvél. Frystið samkvæmt leiðbeiningum framleiðanda þar til það er frosið en er enn krapi, 20-30 mínútur.

77. Grillað mangó

4 skammtar

Hráefni

- 4 þroskuð mangó
- 3 tsk agave nektar, eða staðgengill sykur úða
- Lime bátar

Leiðbeiningar

Hitið grill of hátt, eða hitið grillpönnu við háan hita.

a) Skerið mangóið í sneiðar. Það er alltaf erfitt að vita nákvæmlega hvar mangófræin eru, þannig að prufa og villa er besta lausnin. Markmiðið er að sneiða mangóið í eins stóra bita og hægt er sem innihalda ekki fræ. Setjið mangó á hliðina og skerið það í tvennt, utan við miðjuna, til að missa af fræinu.

b) Skerið hinar þrjár hliðar mangósins á sama hátt. Næst skaltu krossa ávextina í ferninga sem eru um það bil 1/2 tommu.

c) Með því að skera í gegnum ávextina bara að húðinni en ekki í gegnum það. Gerðu skurðina með hálfa tommu millibili, farðu á einn veg, gerðu það sama í hina áttina til að búa til krosslagða hönnunina.

d) Undirbúið sneið mangó. Penslið smá agave nektar á skurðflöt hvers mangós og úðið síðan með smá matreiðsluúða.

e) Grillið mangóið, með holdhliðinni niður, í eina eða tvær mínútur, eða bara þar til það er steikt með grillmerkjum, en eldið það ekki fyrr en það er mjúkt og alveg heitt í gegn.

f) Það er mikilvægt að halda þéttri áferð og andstæðunni á milli heita yfirborðsins og kælirinns.

g) Berið mangóið fram með limebátunum.

78. Fljótur ávaxtabúðingur

4 skammtar

Hráefni

- 2 bananar, skrældir, skornir í 1/2 tommu hringi og frystir á álpappír
- 3 bollar afhýtt og saxað mangó, eða annar ávöxtur
- 2 matskeiðar nýkreistur lime safi
- 2 tsk agave nektar
- 1/8 tsk salt
- myntulauf

Leiðbeiningar

a) Setjið allt hráefnið í skál matvinnsluvélar með stálhníf eða í blandara og vinnið þar til það er aðeins fljótandi, slétt og rjómakennt.
b) Skreytið með myntunni.

79. Grillaðir bananar í kókossósu

4 skammtar

Hráefni

- 1/2 bolli létt kókosmjólk
- 2 matskeiðar agave nektar
- 1 matskeið af vatni
- 4 bananar, skrældir

Leiðbeiningar

a) Búið til kókossósuna. Látið kókosmjólkina og agave-nektarinn sjóða í litlum potti.

b) Grillið bananana og berið fram. Hitið grill eða grillpönnu á hátt.

c) Penslið bananana með smá af kókossósunni, geymið afganginn og grillið á báðum hliðum þar til þeir eru með grillmerki og eru rétt að byrja að mýkjast. Ekki ofsjóða þá eða þá falla þeir í sundur.

d) Berið fram bananana með aðeins meira af sósunni.

80. Mangó sorbet

8 þriðju bolla skammtar

Hráefni

- 2-1/2 bollar afhýtt, fræhreinsað og saxað mangó
- 3-1/2 matskeiðar sykur
- Skannaðu 2/3 bolla af vatni
- 1/2 tsk kanill
- 1/2 tsk malað pipar
- 1 matskeið limoncello

Leiðbeiningar

a) Blandið öllu hráefninu þar til það er maukað.
b) Hellið maukinu í ísvél og frystið samkvæmt leiðbeiningum framleiðanda.
c) Það tekur venjulega á milli 15 og 20 mínútur.

81. Flan

6 fjögurra aura skammtar

Hráefni

- 1 bolli fitulaus uppgufuð mjólk
- 1 bolli 2% mjólk
- 1/4 bolli fitulaus þétt mjólk
- 1 tsk vanilluþykkni
- 2 stór egg
- 4 eggjahvítur úr stórum eggjum
- matreiðslusprey
- 6 tsk agave nektar

Leiðbeiningar

a) Forhitaðu ofninn þinn í 325°F.

b) Gerðu flan botninn. Blandið hráefnunum, nema matreiðslupreyinu og agavenektarnum, saman í blandara og blandið þar til það hefur blandast alveg saman, um 1 mínútu.

c) Undirbúðu flan fyrir bakstur. Sprautaðu sex 4-aura ofnheldum ramekinum með smá matreiðsluúða og settu þau í eldfast mót sem þau passa nokkuð þétt í. Fylltu ramekins að innan við 1/4 tommu frá toppnum með flanbotninum. Hellið nógu heitu kranavatni í bökunarformið til að það komi hálfa leið upp á hliðar ramekinanna.

d) Bakið flan. Setjið bökunarformið með fylltu ramekinunum í ofninn í 40 mínútur, eða þar til bökunarfötin eru stífnar og rétt stífnar. Takið bökunarformið úr ofninum og ramekin úr forminu.

e) Látið flans kólna, hyljið þær síðan með plastfilmu og kælið þar til þær eru kaldar. Berið fram hvert flan með 1 tsk agave nektar.

SKILYRÐI

82. Cilantro sósa

Afrakstur: 3 bollar

Hráefni

- 2 miðlar Laukur(ir), skorinn í fjórða
- 5 Hvítlauksmanssar
- 1 græn paprika,
- Kjarnhreinsað, fræhreinsað, skorið í teninga
- 12 Cachucha papriku
- Stöngull og sáð eða
- 3 matskeiðar Rauð paprika í hægeldunum
- 1 búnt Cilantro
- Þvegið og stofnað
- 5 C i l a ntro blöð
- 1 teskeið Þurrkað oregano
- 1 bolli Extra virgin ólífuolía
- ½ bolli Rauðvínsedik
- Salt og pipar

Leiðbeiningar

a) Maukið lauk, hvítlauk, papriku, kóríander og oregano í matvinnsluvél. Bætið ólífuolíu, ediki, salti og pipar út í og maukið þar til það er slétt.

b) Leiðréttið kryddið, bætið við meira salti eða ediki eftir smekk.

c) Færið sósuna yfir í hreinar glerkrukkur. Geymist í kæli, geymist í nokkrar vikur.

83. Mexíkóskt adobo duft

Afrakstur: 1 bolli

Hráefni

- 6 matskeiðar Kosher salt
- 2 matskeiðar hvítur pipar
- 2 matskeiðar Kúmen fræ
- 2 matskeiðar Hvítlauksduft

Leiðbeiningar

a) Blandið saman salti, piparkornum og kúmenfræjum í þurri pönnu og eldið við miðlungshita þar til kryddin eru létt ristuð og ilmandi, um það bil 3 mínútur. Færið blönduna yfir í skál til að kólna.
b) Blandið ristuðu kryddblöndunni og hvítlauksduftinu saman í kryddkvörn og malið í fínt duft.
c) Geymið í loftþéttu íláti; það geymist í nokkra mánuði.

84. Mexíkóskur grænn sofrito

Afrakstur: 1 bolli

Hráefni

- 2 matskeiðar ólífuolía
- 1 lítið Laukur(ir)
- Fínt saxað (1/2 bolli)
- 1 búnt Hlaukur, snyrtur
- Fínt saxað
- 4 Hvítlaukskló(r), söxuð
- 1 Græn paprika
- Kjarnhreinsuð, sáð
- Fínt saxað
- $\frac{1}{4}$ bolli Cilantro, saxað
- 4 Culentro lauf
- smátt saxað (val)
- $\frac{1}{2}$ teskeið Salt eða eftir smekk
- Svartur pipar eftir smekk

Leiðbeiningar

a) Hitið ólífuolíuna á pönnu sem festist ekki. Bætið við lauknum, lauknum, hvítlauknum og paprikunni.

b) Eldið við meðalhita þar til það er mjúkt og hálfgagnsært en ekki brúnt, um það bil 5 mínútur, hrærið með tréskeið.

c) Hrærið kóríander, steinselju, salti og pipar saman við. eldið blönduna í eina eða tvær mínútur lengur. Leiðréttið kryddið, bætið við salti og pipar eftir smekk.

d) Flyttu yfir í hreina glerkrukku. Í kæli, geymist það í allt að 1 viku.

85. Svínakjöt í mexíkóskum stíl

Afrakstur: 1 skammtur

Hráefni

- 2 matskeiðar kúmen; jörð
- 2 matskeiðar Hvítlaukur; hakkað
- 2 matskeiðar Cilantro; ferskt, gróft saxað
- 2 matskeiðar svartur pipar; nýsprunginn
- 2 matskeiðar Salt
- 2 matskeiðar hvítt edik
- 2 matskeiðar gult sinnep
- 2 matskeiðar jalapenó pipar; hakkað
- 2 matskeiðar ólífuolía

Leiðbeiningar

a) Blandið öllu hráefninu saman og blandið vel saman. Notist innan tveggja daga frá undirbúningi.

b) Nuddaðu svínarassinn með kryddblöndunni og reyktu í 1½ klukkustund á hvert pund við 240-250F.

86. Grænmetisdýfa

Afrakstur: 12 skammtar

Hráefni

- 1 bolli Majónesi
- 1 bolli Sýrður rjómi
- $\frac{1}{4}$ teskeið Hvítlauksduft
- 1 teskeið Steinseljuflögur
- 1 teskeið Kryddað salt
- $1\frac{1}{2}$ teskeið Dill fræ

Leiðbeiningar

a) Blandið öllu hráefninu saman og kælið. Best gerður dagur framundan.
b) Berið fram með hráu grænmeti: sellerí, gulrótum, gúrkum, papriku, blómkáli o.fl.

87. Vallarta dýfa

Afrakstur: 16 skammtar

Hráefni

- 6½ aura Niðursoðinn túnfiskur - tæmd
- 1 Grænn laukur - sneiddur
- 3 matskeiðar Heitt chile salsa
- 4 matskeiðar Majónesi
- 8 Kvistir af kóríander, eða eftir smekk
- Sítrónu eða lime safi
- Salt eftir smekk
- Tortilla flögur

Leiðbeiningar

a) Hrærið saman túnfiski, lauk, salsa, majónesi og kóríander í skál. Kryddið eftir smekk með sítrónusafa og salti; stillið annað krydd eftir smekk. Berið fram með flögum.

b) Skerið grænan lauk í 1 tommu lengd og settu í örgjörva með stálblaði. Bætið við kóríandergreinum og vinnið í 3 til 5 sekúndur. Bæta við túnfiski, salsa, majónesi, sítrónusafa og salti; púlsaðu nokkrum sinnum til að sameina.

c) Smakkaðu, stilltu kryddið og púlsaðu einu sinni eða tvisvar sinnum meira.

d) Takið úr kæli um 30 mínútum áður en borið er fram.

88. Taco krydd

Gerir 1/3 bolla

Hráefni

- Þurr börkur úr 1 lime (má sleppa)
- 2 matskeiðar chiliduft
- 1 matskeið malað kúmen
- 2 tsk af fínmöluðu sjávarsalti
- 2 tsk malað kóríander
- 1 tsk paprika
- 1/2 tsk nýmalaður pipar
- 1/8 tsk cayenne pipar (valfrjálst)

Leiðbeiningar

a) Þetta er valfrjálst en bragðgott skref, svo ég mæli með því - börkið 1 lime. Settu börkinn annað hvort í lítið fat á sólríkum gluggakistu, þurrkaðu í þurrkara eða ofn sem er hitaður í 175°F í um það bil 10-15 mínútur þar til allur raki er horfinn.

b) Blandið öllu hráefninu í skál þar til það hefur blandast vel saman.

c) Geymið á köldum, dimmum stað í loftþéttu gleríláti.

89. Ferskt kryddað tómat-maíssalsa

GERIR UM 2/31 KOLA

Hráefni

- 6,10 aura pakki frosinn maís eða
- 4 eyru af ferskum maís, skorin úr kolunum
- 1 stór þroskaður tómatur, skorinn í teninga
- 1/2 meðalstór rauðlaukur, smátt skorinn
- 1 jalapeño pipar, fræhreinsaður og skorinn í teninga
- 3 matskeiðar af balsamik ediki
- 2 matskeiðar söxuð fersk basilíka
- 2 matskeiðar saxaður ferskur kóríander
- sjávarsalt eftir smekk

Leiðbeiningar

a) Blandið öllu saman í stóra skál og blandið vel saman.

b) Látið standa í 1 klukkustund við stofuhita eða í kæli til að láta bragðið giftast.

90. Hvít baun Guacamole

Gerir um 3 bolla

Hráefni

- 2 léttpakkaðir bollar gróft hakkað/sneið þroskað avókadó
- 1 bolli hvítar baunir 1/2 tsk sjávarsalt
- 2-21/2 matskeiðar sítrónusafi
- Vatn, þynnt að vild

Leiðbeiningar

a) Settu avókadó, hvítar baunir, sjávarsalt, sítrónusafa og vatn í matvinnsluvél eða blandara og blandaðu þar til slétt.

b) Kryddið eftir smekk með auka salti og/eða sítrónusafa.

DRYKKUR

91. Kaloríusnauða kaktussmoothie

1-2 skammtar

Hráefni

- 1/2 bolli hreinsaðir og niðurskornir kaktusspaðibitar
- 1 bolli appelsínusafi, granateplasafi eða annar lítill

handfylli af íssafa

Leiðbeiningar

a) Skolið kaktusbitana vel undir köldu rennandi vatni og setjið þá og safann og ísinn í blandara.

b) Blandið þar til það er orðið vel fljótandi, 1-2 mínútur.

92. Atól

4 skammtar

Hráefni

- 1/2 bolli hveiti
- 1/4 tsk malaður kanill
- 1/8 tsk salt
- 5 bollar af fitulausri mjólk eða vatni
- 4 matskeiðar agave nektar
- 1 tsk vanilluþykkni

Leiðbeiningar

a) Setjið hveiti í stóran pott ásamt kanil og salti.

b) Hrærið mjólkinni eða vatni rólega saman við þar til hveitið hefur leyst upp alveg.

c) Bætið agave nektar og vanillu út í, látið suðuna koma upp og látið malla í 5 mínútur, hrærið stöðugt í svo að það klessist ekki og festist við botninn á pottinum.

93. Champurrado

4 skammtar

Hráefni

- Atól
- 2 aura 70%-kakó-innihald súkkulaði

Leiðbeiningar

a) Bætið súkkulaðinu í Atole eftir að það hefur látið malla í 4 mínútur.
b) Eldið í 1 mínútu í viðbót, hrærið þar til súkkulaðið hefur bráðnað.

94. Aguas Frescas

4 skammtar

Hráefni

- 2 bollar ferskir ávextir
- 1-2 matskeiðar nýkreistur lime safi 2 bollar vatn
- 2-4 matskeiðar agave nektar eða sykuruppbót 1 bolli mulinn ís

Leiðbeiningar

a) Maukið ávextina, limesafann, vatnið og agave nektarinn í blandara.

b) Sigtið í könnu og bætið ísnum út í.

95. Horchata de Melón

Um það bil 4 tólf aura skammtar

Hráefni

- 2 matskeiðar nýkreistur lime safi (valfrjálst)
- 1 þroskuð kantalópa, um það bil 2 pund, gefur um það bil 1 pund af hreinum ávöxtum og fræjum, 2-1/2 bollar
- 2-1/2 bollar af vatni
- 2 matskeiðar agave nektar eða sykuruppbót (valfrjálst)
- 1/2 tsk vanilluþykkni

Leiðbeiningar

a) Setjið limesafann, ef hann er notaður, 1 bolli af vatni og ávextina og fræin í blandara og maukið. Bætið restinni af vatninu, sætuefninu, ef það er notað, og vanillu saman við og blandið vel saman.

b) Sigtið Horchata í könnu og kælið eða berið fram yfir ís.

96. Sangrita

Um 3 bollar

Hráefni

- 2 meðalstór ancho chiles, ristað og endurvötnuð
- 2-1/2 bollar ferskur appelsínusafi
- 3-1/2 matskeiðar af grenadíni
- 1 tsk salt

Leiðbeiningar

a) Setjið allt hráefnið í blandara og maukið.
b) Sigtið og kælið blönduna áður en hún er borin fram.

97. Kókos eggjasnakk

Afrakstur: 1 skammtur

Hráefni

- 13/16-kvart Létt mexíkóskt romm
- Hýðið af 2 lime; (einkunn)
- 6 Eggjarauður
- 1 dós Sæt þétt mjólk
- 2 dósir (stór) uppgufuð mjólk
- 2 dósir Kókosrjómi; (eins og Coco Lopez)
- 6 aura Gin

Leiðbeiningar

a) Blandið helmingnum af romminu saman við limebörkinn í blandara á miklum hraða í 2 mínútur.

b) Sigtið og setjið í stóra skál. Bætið restinni af rommi saman við.

c) Blandið eggjarauðum, bæði mjólk og gini í blandara þar til það er vel blandað saman.

d) Hellið $\frac{3}{4}$ af þessari blöndu í skál með rommi. Blandið restinni saman við kókosrjóma og blandið vel saman. bætið við rommblönduna, blandið vel saman og geymið í kæli.

98. Mexíkóskur eggjasnakk

Afrakstur: 16 skammtar

Hráefni

- 2 bollar af vatni
- 8 kanilstangir
- 6 stórar eggjarauður
- 3 (12 oz.) dósir af gufuðum upp
- 1 bolli mjólk
- 2 Dósir kókosmjólk
- 3 (14 oz.) dósir sætaðar
- 1 bolli af þéttri mjólk
- 3 bollar hvítt romm

Leiðbeiningar

a) Hitið vatn og kanilstangir í 2 lítra potti að suðu við háan hita. Lækkið hitann í miðlungs og eldið þar til vökvinn er minnkaður í einn bolla. Fjarlægðu kanilstöngina og settu vökvann til hliðar til að kólna niður í stofuhita.
b) Í 3 lítra potti með vírþeytara, þeytið eggjarauður og gufað mjólk þar til það er vel blandað.
c) Eldið við lágan hita, hrærið stöðugt þar til blandan þykknar og hjúpar skeið - um það bil 10 mínútur.
d) Setja til hliðar.
e) Þegar vökvi með kanilbragði hefur kólnað skaltu hræra kókosmjólk út í, þar til það hefur blandast vel saman.
f) Blandið saman kókosblöndu, eggjarauðublöndu, sykraða þéttu mjólk og rommi í framreiðsluskál. Kælið vel og berið fram.
g)

99. Mexíkóskur mojito

Afrakstur: 2 bollar

Hráefni

- 6 Aji dulce papriku eða
- 1½ msk Rauð paprika, skorin í teninga
- ½ Græn paprika, skorin í teninga
- 5 Hvítlauksmanssar
- Gróft saxað
- 2 Skallottur, gróft saxaður
- 1 Tómatar
- Skrældar og fræhreinsaðar
- 1½ msk Kapers, tæmd
- 1½ teskeið Þurrkað oregano
- ½ bolli Cilantro lauf
- Þvegið og stofnað
- ¼ bolli tómatpúrra
- 2 matskeiðar Extra virgin ólífuolía
- 1 matskeið lime safi
- Salt og pipar eftir smekk

Leiðbeiningar

a) Hefðbundið borið fram sem dýfingarsósa fyrir grjónaflögur og steiktar maukaðar grænar grjónir. Það er líka frábært til að dýfa tortilla flögum og gerir fína kokteilsósu fyrir rækjur og annað sjávarfang.

b) Blandið papriku, hvítlauk, skalottlaukum, tómötum, kapers, oregano og kóríander saman í matvinnsluvél og malið í slétt mauk. Vinnið í tómatmauk, ólífuolíu, limesafa og salt og pipar.

c) Flyttu yfir í hreina krukku með óvirku loki. Geymist í kæli, geymist í 1 viku.

100. Mexíkanskt romm cappuccino

Afrakstur: 1 skammtur

Hráefni

- $1\frac{1}{2}$ aura dökkt romm
- 1 tsk Sykur
- Heitt sterkt kaffi
- Gufusoðin mjólk
- Þeyttur rjómi
- Malaður kanill

Leiðbeiningar

a) Blandið saman rommi og sykri í krús.
b) Bætið við jöfnum hlutum kaffi og mjólk.
c) Toppið með rjóma og kanil.

NIÐURSTAÐA

Þegar við komum að endalokum matreiðsluferðar okkar í gegnum Tex-Mex matargerð vonum við að "Sviðandi Tex-Mex: A Culinary Journey through Southwestern Flavors" hafi kveikt ástríðu fyrir þessum líflega og ljúffenga matreiðslustíl. Í gegnum þessa matreiðslubók höfum við deilt ást okkar á djörfum og krydduðu bragði sem skilgreina Tex-Mex, og við vonum að þú hafir notið þess að skoða fjölbreytt úrval uppskrifta og aðferða sem kynntar eru.

Tex-Mex matargerð snýst ekki bara um mat; það er hátíð menningar, sögu og líflegs anda suðvesturhluta Bandaríkjanna. Með því að tileinka okkur samruna texneskra og mexíkóskra matreiðsluhefða höfum við búið til einstakt og ómótstæðilegt matreiðsluteppi sem hefur heillað bragðlauka um allan heim. Við vonum að þessi matreiðslubók hafi gert þér kleift að upplifa ríkan menningararf og bragð þessarar ótrúlegu matargerðar. Við hvetjum þig til að prófa þig áfram með Tex-Mex uppskriftir og nota þekkinguna og færnina sem þú hefur fengið með þessari matreiðslubók sem grunn. Ekki vera hræddur við að bæta við þínum eigin persónulegu snertingum og kanna nýjar bragðtegundir og hráefni. Tex-Mex matargerð er fjölhæf og hún fagnar sköpunargáfu og einstaklingseinkenni.

Mundu að tileinka þér hið sameiginlega eðli Tex-Mex veitinga þar sem það er best að njóta sín með fjölskyldu og vinum. Safnaðu þér saman við borð fyllt af snarkandi fajitas, krydduðum salsas og stökkum tortilluflögum og njóttu gleðinnar yfir sameiginlegum máltíðum og góðum

félagsskap. Leyfðu ilminum og bragðinu að flytja þig til sólblandins landslags Texas og Mexíkó og búðu til varanlegar minningar með hverjum bita.
Við vonum að "Sviðandi Tex-Mex" hafi veitt þér innblástur til að leggja af stað í þín eigin matreiðsluævintýri og að það hafi gefið þér kraft til að endurskapa djörf og ómótstæðilega réttina sem gera Tex-Mex matargerð svo elskaða. Þakka þér fyrir að taka þátt í þessu ferðalagi og megi framtíðarviðleitni þín í matreiðslu fyllast af eldheitum og ljúffengum ánægjum Tex-Mex matargerðar.

¡Buen provecho!

www.ingramcontent.com/pod-product-compliance
Lightning Source LLC
LaVergne TN
LVHW010948061026
849535LV00006B/1628